அர்த்தமுள்ள சம்பிரதாயங்கள்

கு. பாலசுந்தரி

INDIA • SINGAPORE • MALAYSIA

ISBN 979-8-89277-221-1

நன்றியுரை

எழுதப் பயிற்றுவித்த எனது ஆசிரியர்கட்கு!...

சமர்ப்பணம்

நான் பிறந்த திருமலைராயன்பட்டினம் மண்ணுக்கு…!

பொருளடக்கம்

என்னுரை

வணக்கம்.

உங்கள் கைகளில் தவழ்வது எனது ஏழாவது படைப்பு. நமது முன்னோர்கள் தேர்ந்த அறிவாளிகள். பல்வேறு விஞ்ஞான, மருத்துவ உண்மைகளைச் சம்பிரதாயங்கள் என்ற போர்வையில் போதித்தவர்கள். அதில் உளவியலையும் – உணர்வியலையும் கலந்து வாழ்வியலுக்குத் தேவையான நடைமுறைகளையும் சேர்த்து ஊட்டினார்கள்.

காலப்போக்கில் அதில் சில பிற்சேர்க்கைகள் சேர்ந்து அதனை நீர்த்துப் போகச் செய்துவிட்டன. காரணம்… மேலைநாட்டுக் கலாச்சாரம்!

இதனைப் பின்பற்றினால்தான் சமூகத்தில் அந்தஸ்து கூடும் என்ற தவறான அபிப்பிராயம். எனவே, ஆற்றில் ஒரு கால், சேற்றில் ஒரு கால் என மேலைநாட்டுக் கலாச்சாரமும், நமது கலாச்சாரமும் இணைந்ததில் “கெமிஸ்ட்ரி” ஒர்க் அவுட் ஆகவில்லை.

நமது பண்பாடுகள் வாக் அவுட் ஆகிவிட்டன!

அதன் விளைவே இன்றைய பரபரப்பு! படபடப்பு!!

உதாரணமாக விளக்கேற்றி “ஆயுஷ் ஹோமம்” செய்து பிறந்தநாள் கொண்டாடிய நாம் மெழுகுவர்த்தி அணைத்து, கேக் வெட்டிக் கொண்டாடுகிறோம்.

அம்மி மிதித்து அரசாணைக்கால் நட்டு திருமணம் நடத்துவது மாறி பதிவுத் திருமணம்.

ஆண்டவனையே “காதலாகிக் கசிந்து கண்ணீர் மல்கிக் கொண்டாடிய நாம், இன்று காதலர் தினம் கொண்டாடுகிறோம். அப்படிக் கொண்டாடும் நாம் அனுசரிப்பது கௌரவக்கொலை, ஆசிட் வீச்சு, அரிவாள் வெட்டு! ஏன் இந்த முரண்பாடு?”

இப்படி முரண்பட்ட வழக்கங்களை மாற்றி முறையான நெறிகளைக் கடைப்பிடிக்கத் தூண்டும் முயற்சியே இந்த நூல்.

இது ஐந்தாறு ஆண்டுகளுக்கு முன்னே வலைதளத்தில் வெளியாகி பெரிய வரவேற்பைப் பெற்ற தொடர், குறிப்பாகப் புலம் பெயர்ந்த நம்மவரிடையே பெரிதும் வரவேற்பைப் பெற்ற தொடர்.

அவர்கள் மறந்துபோன நமது சம்பிரதாயங்களை அர்த்தத்துடன் மீட்டெடுத்த ஆசுவாசம். தாய் மண்ணின் தொப்புள் கொடி உறவு தொடர்ந்ததின் நிம்மதி!... அந்த…

“நிம்மதி உங்கள் சாய்ஸ்” ஆகவும் அமையவே இந்த படைப்பு! வழக்கம் போல் அழகுற அச்சிட்டு வெளியிட்ட “மணிமேகலைப் பிரசுரத்திற்கும்”, தொடர்ந்து ஆதரவு அளிக்கும் வாசகப் பெருமக்களுக்கும் என் நன்றி.

அன்புடன்

மாங்குடி பாலா

(தமிழ் இலக்கிய மாமணி)

பாகம் - 1

1.
விடியல்

உலகம் விழித்து எழும் அதிகாலை நேரம். மிகவும் அற்புதமான நேரம். எந்த விஷயத்தையும் அதிகாலையில் தொடங்கினால், அதிக நன்மை பயக்கும் என்று நமது முன்னோர்கள் கூறி இருக்கின்றனர்.

அதிகாலை நேரத்தை பிரம்ம முகூர்த்தம் என்று கூறுவார்கள். எனவே நாமும் நமது சம்பிரதாயங்கள் பற்றிய அலசல்களை அதிகாலையில் இருந்தே தொடங்குவோம்!

அப்படி என்ன சிறப்பு அதிகாலைக்கு?

அதிகாலையில் வீசும் தூயகாற்று, அதிக புறச் சலனங்கள் இல்லாத அமைதியான சூழ்நிலை. எனவே, எதிலும் இயல்பாக ஒன்றும் ஆற்றல் அதிகரிக்கிறது.

எனவேதான் காலை எழுந்தவுடன் படிப்பு; பின்பு கனிவு கொடுக்கும் நல்ல பாட்டு என்று மகாகவி பாரதி சொல்லி வைத்தான். இந்த கனிவு கொடுக்கும் நல்ல பாட்டைப் பற்றிய ஒரு அலசலும் இரண்டாம் பாகத்தில் உண்டு!

அடுத்து யோகா பயிற்சி – நடைபயிற்சி, உடற்பயிற்சி, ஆடல் பாடல் பயிற்சி போன்ற அனைத்து பயிற்சிகளுக்கும் இந்த அதிகாலை அற்புதமான நேரம்.

ஆலய தரிசனத்தில் "உஷைக்கால தரிசனம்" வெகுசிறப்பு. எனவேதான் மார்கழி மாதம் அதிகாலை வழிபாடு திருப்பாவை, திருவெம்பாவை பாடல்கள் பஜனை போன்றவை.

மார்கழித் திங்கள் மதி நிறைந்த நன்னாள் என்று சிறப்பு பெற்ற மாதம் மார்கழி. மாதங்களில் நான் மார்கழி என்று ஆண்டவனே கூறி இருக்கிறான்.

மார்கழிப் பனியின் தாக்கத்தை எதிர்கொள்ளவே இந்த வழிபாடுகள். உடல் நலம் பேண பொங்கல், சுண்டல் போன்ற பிரசாதங்கள், இந்த பனிக்காலம் பற்றி ஒரு சுவாரஸ்யமான கதை!

2.
பனி

மன்னன் ஒருவனின் அரசவைக்கு வெளியூரிலிருந்து இரு புலவர்கள் வருகிறார்கள். அவர்களிடம் மன்னன் ஒரு கேள்வி கேட்கிறான்.

பனிக்காலம் இனிதா? கொடிதா?

ஒரு புலவர் பனிக்காலம் கொடிது என்கிறார். அடுத்தவரோ பனிக்காலம் இனிது என்கிறார்.

குழம்புகிறான் மன்னன். பனிக்காலம் இனிது என்று சொல்ல இந்த புலவருக்கு மூளை குழப்பமா? தலைமைப் புலவரிடம் தன் குழப்பத்தைக் கூறியும் விட்டான்.

தலைமைப் புலவர் சிரிக்கிறார். இரண்டுமே சரி மன்னா? இவருக்கும் மூளை குழப்பமோ? யோசிக்கும் மன்னனிடம் கூறுகிறார் தலைமைப் புலவர்.

பனிக்காலம் மிகவும் கொடிது. குளிர், அதனால் வரும் உடல் உபாதைகள் பல. எனவே கொடிது என்பது சரியே.

பனிக்கு + ஆலம் இனிது! அதாவது பனியைவிட ஆலகால விஷம் இனிது. ஆலகால விஷத்தைவிடவும் பனி கொடிது. எனவே இருவரின் கூற்றும் சரியே.

குழப்பம் தீர்ந்தது மன்னனுக்கு மட்டுமல்ல நமக்கும்தான். ஒரே சொல்லுக்குப் பல பொருள்கள் நமது மொழியில் மட்டுமே! இதுவே நமது பாரம்பரிய பெருமை.

பனிக்காலம் பற்றிய அலசலில் நமது பணியைவிட்டு சற்றே விலகினாலும் விடாது துரத்தும் பனிக்காலம்...

மார்கழிப் பனியில் குளித்து, குனிந்து நிமிர்ந்து கோலம் போடும்போது அதுவே பெரிய உடற்பயிற்சியாய் அமைகிறது. அத்துடன் பல்வேறு கோலங்களுக்கு எத்தனை புள்ளி, எத்தனை வரிசை, நேர்புள்ளியா? சந்து புள்ளியா? என்பது மனதில் பதிவாகிறது. அது மனதில் படக்காட்சியாக விரிந்து தரையில் கோலமாகப் படர்கிறது.

இதன்மூலம் பெண்களின் 'மெமரி பவர்' கூடுகிறது. கோலப்புத்தகம் கையில் வைத்துக்கொண்டு கோலம் போடுபவர்கள் யோசிப்பார்களாக! மேலும் பச்சரிசி மாவில் கோலமிடுவது பல்வேறு ஜீவராசிகளுக்கு உணவாகிறது.

புள்ளிகளை அலகால் விழுங்கும் காக்கைகள், கோடுகளுடன் பயணித்துப் பசியாறும் அணில்கள், அணி அணியாகத் திரளும் எறும்புகள் என அவை பசியாறும் அழகை ரசிக்கத் தனி ரசனை வேண்டும்.

புள்ளி பிசகினால் அதை கண்டுபிடித்து சரி செய்தபின் ஏற்படும் 'ரிலாக்ஸ்' இருக்கிறதே அடடா அற்புதம்! தற்காலக் குறுக்கெழுத்துப் போட்டிகளில் கட்டத்தை நிரப்புவதற்கு எந்த விதத்திலும் இது குறைந்தது அல்ல.

மனிதருக்கு உற்சாகம் தர குறுக்கெழுத்துப் போட்டிகள், ஆறு வித்தியாசங்கள் கண்டுபிடிப்பது போன்ற பொழுதுபோக்குகள் நல்லது என்கின்றனர் உளவியலாளர்கள். இந்த செயற்கை டென்ஷன் மூலம், உண்மையான டென்ஷன்களில் இருந்து மனம் ரிலாக்ஸ் ஆகிறது.

ரிஸ்க்குகளை எதிர்கொள்ளும் பக்குவம் வருகிறது என்கிறார்கள். இதனை அன்றே செய்தனர் நமது பெண்கள்! எனவேதான் பழைய தலைமுறைக்கு 'டென்ஷன்' என்ற வார்த்தையே தெரியாமல் போயிற்று.

எனவேதான் பனிக்காலம் இனிதா? கொடிதா? என்ற கேள்வியை உங்கள் முன்வைத்து உங்களை டென்ஷன் ஆக்கினேன்! இப்போது ரிலாக்ஸ்தானே?!

இந்தக் கோலம் போடும் கோலமயில்கள் பற்றி இன்னும் விரிவாக அலசுவோம்.

3.
சிக்கல் களையும் கோலம்

கோலத்தில் ஏற்படும் சிக்கல்களைக் கண்டுபிடித்துத் தீர்க்கும் பழக்கத்தினால், வாழ்க்கையில் ஏற்படும் சிக்கல்களைக் கண்டுபிடித்துக் களையும் பழக்கம் வசப்படுகிறது.

தீர்க்க முடியாத சிக்கல் கோலத்தில் ஏற்படும்போது அதை அழிக்காமல் ஒப்பேற்றிப் புதுவடிவம் கொடுக்கும் திறனால், நம் வாழ்க்கையில் ஏற்படும் தீர்க்க இயலாத சிக்கல்களையும் தைரியமாக எதிர்கொண்டு ஜெயிக்கும் ஆற்றல் மேம்படுகிறது.

பெரிய கோலங்களை எட்டி எட்டி இணைக்கும்போது அதுவே பெரிய உடற்பயிற்சி ஆகிறது. வில்லாக முதுகு வளைந்து கழுத்தை திருப்பித் திருப்பிக் கோடுகளை இணைக்கும்போது நம்மை அறியாமலேயே நமக்கு ஒரு இணக்கமான மனநிலை உருவாகிறது. எனவே மற்றவர்களை அனுசரித்துக் கூடி வாழும் திறன் மேம்படுகிறது.

பாரதிராஜாவின் 'வேதம் புதிது' திரைப்படத்தில் அமலா கோலம் போடும் காட்சி பார்க்க!

இந்தப் பெண்மயில்கள் மயில் கோலம் இட்டு வண்ணம் தீட்டும்போது,

'அணங்குகொல் ஆய்மயில்கொல்'

என்ற வள்ளுவனின் வாக்கு கட்டாயம் நினைவுக்கு வரும்.

முதலில் பசுஞ்சாணம் கரைத்துத் தெளித்துப் பின்னர் கூட்டிப் பெருக்கிப் பின்னரே கோலம் இடுவது வழக்கம். வாசலில் சாணம் தெளிப்பது ஏன்?

அது ஒரு கிருமி நாசினி! டெட்டால், பினாயில் போன்றவைகளுக்கு இணையான கிருமிநாசினி. காசு செலவு இல்லை!

இந்த சாணத்தின் வீரியம் பற்றி உலகே வியந்த நிகழ்ச்சி ஒன்று! சில ஆண்டுகளுக்கு முன்னே வட இந்தியப் பெருநகரமான "போபாலில்" விஷவாயுக் கசிவு ஏற்பட்டு உலகையே உலுக்கியது அனைவரும் அறிந்த விஷயம். அதன்

தாக்கம் இன்னும் குறையவில்லை. தீராத வியாதிகள், ஊனமுற்ற குழந்தைகள், சுற்றுச்சூழல் பாதிப்பு என்று பல்வேறு பின் விளைவுகள். இந்த விஷவாயுக் கசிவின்போது நகரே மூச்சுத் திணறலினால் பாதிக்கப்பட்டது.

ஒரு வீட்டில் மட்டும் எந்தவித பாதிப்பும் இல்லை! ஏன் என்று உள்நாட்டு, அயல்நாட்டு விஞ்ஞானிகள் களம் இறங்கி அலசுகிறார்கள். அவர்களுடைய ஆய்வு கூறியது.

சம்பவம் நடந்த அன்று 'அக்னி ஹோத்ரம்' என்ற ஹோமம் அந்த வீட்டில் நடந்தது. எனவே அந்த வீட்டினருக்கு எந்தவித பாதிப்பும் ஏற்படவில்லை.

அக்னிஹோத்ரம் என்பது பசுஞ்சாணத்தில் தட்டிய வரட்டியின் தீயில் நெய்யும் பச்சரிசியும் இட்டு செய்யும் ஒரு ஹோமம். அந்த ஹோமத்தில் இருந்து வெளிப்பட்ட புகையே விஷவாயுவின் தாக்கத்தில் இருந்து காத்து இருக்கிறது. நமக்கு மெய்சிலிர்க்கிறது. எல்லா வீட்டினருமே அன்று அக்னி ஹோத்ரம் செய்து இருக்கிறார்கள் அது என்ன என்று தெரியாமலேயே! மரபாகப் பின்பற்றினர்.

பழைய நாளில் மார்கழி மாதம் கோலமிடும்போது அதன் நடுவே பசுஞ்சாணத்தால் ஒரு பிள்ளையார் பிடித்து வைத்து அதன்மீது ஒரு பரங்கிப் பூவையும் அருகம்புல்லையும் சொருகுவார்கள்.

மாலை அந்தப் பிள்ளையாரை அருகம்புல், பரங்கிப்பூ சேர்த்து வரட்டியாகத் தட்டிப் பத்திரப்படுத்துவார்கள். பொங்கலன்று அடுப்பெரிக்க அந்த வரட்டியைக் கட்டாயம் பயன்படுத்த வேண்டும். இதை வேதம் படிக்காத பாமரர்களும் கடைபிடித்தார்கள்.

பொங்கல் வெந்து இறங்கியதும் அதில் ஒரு கரண்டி நெய்விட்டு அந்த சாதத்தை ஒரு உருண்டை அடுப்பில் போடுவார்கள். சாதமும் நெய்யும் கமறிக் கமறிப் புகையும் அந்தப் புகையில் மழை பனிக்கால கிருமிகள் அழிந்து ஆரோக்கியம் தழைத்தது. என்ன ஒரு அருமையான எளிமையான விஞ்ஞான ஏற்பாடு!

4.
பசு மிக நல்லதடி பாப்பா!

பசுஞ்சாணத்தால் செய்த பிள்ளையார் தலையில் அருகம்புல் செருகி வைத்தால் அந்த சாணத்தில் புழு வைக்காது. அத்துடன் புல்லும் சாணமும் இணையும்போது சிறந்த சுற்றுச்சூழல் பாதுகாப்பு கிடைக்கிறது.

எனவேதான் பொங்கலன்று புதுச்செங்கல்லில் பிடித்து வைக்கும் சாணப் பிள்ளையாரை அப்படியே நடுக்கூடத்தில் இருக்கும் மாடத்தில் வைப்பது இன்றும் வழக்கம். அடுத்த பொங்கலின்போது அந்தப் பிள்ளையாரை நீரில் கரைத்துவிட்டுப் புதுப்பிள்ளையார் பிடித்து வைப்பது என்பது இன்றும் தொடரும் மரபு.

இப்படிப்பட்ட சாணத்தைத் தரும் பசுவைக் காமதேனு என்று அழைத்தனர். புதுவீடு குடிபுகும்போதும், மணிவிழா நாளிலும் பசுவிற்கு சிறப்புப் பூஜைகள்.

அப்புறம்தான் மற்ற பூஜைகள் நடைபெறும். அப்படி என்ன சிறப்பு பசுவிற்கு மட்டும்? தாய்ப்பாலுக்கு அடுத்தபடியாக சிறந்த உணவு பசும்பால் மட்டுமே. சாணமும் சிறுநீரும் சிறந்த கிருமிநாசினிகள்.

தலைச்சன் சினைப்பசுவின் சிறுநீரை இரண்டு சங்கு புகட்ட கக்குவான் இருமல் கப்பென்று நிற்கும். தடுப்பூசி இல்லாத அந்நாளில் இதுவே மருந்தாக அமைந்தது.

பண்டிகை, பூஜை, புனஸ்கார நாட்களில் 'கோமியம்' என்று சொல்லப்படும் பசுவின் சிறுநீரை வீடு முழுவதும் தெளித்து, "பஞ்ச கௌவியம்" எனப்படும் கலவையைப் பிரசாதமாக வழங்குவது மரபு.

பசுவின் சிறுநீர், சாணம், பால், தயிர், நெய் என்ற ஐந்து பொருட்களின் கலவையே பஞ்ச கௌவியம்!

தற்போது இந்த கலவையை பயிருக்கு உரமாகவும் பூச்சிக்கொல்லியாகவும் பயன்படுத்தி சுற்றுச்சூழல் மாசுக்கட்டுப்பாடு காக்கும் முயற்சி நடைபெறுகிறது.

அண்மையில் நாளிதழில் படித்த ஒரு செய்தி.

மெத்தப் படித்த ஒரு இளைஞர் அயல்நாட்டு வேலை வாய்ப்புகளை எல்லாம் உதறி கோசாலை நடத்துகிறார்.

ஒரு நாட்டுப் பசுவின் மூலம் தினமும் 500 ரூபாய் வருவாய் ஈட்டலாம் என்று நிரூபித்து இருக்கிறார். ஒரு லிட்டர் பசுவின் சிறுநீர் அயல்நாட்டில் 200 ரூபாய் விலை போகிறது. இரண்டரை லிட்டர் சிறுநீர் 500 ரூபாய். அது அல்லாமல் பால், சாணம் அது ஈனும் கன்று என அமோக லாபம் என்று கூறும் இவர் விரும்புகிறவர்களுக்கு பசு வளர்க்க வழிகாட்டுகிறார் அந்த இளைஞர்.

மேலும் அண்மையில் மறைந்த நெல் மனிதர் ஜெயராமன் அவர்கள் ரசாயனப் பூச்சிக்கொல்லி இன்றி 'பஞ்ச கௌவியம்' மூலமாக அமோக நெல் விளைச்சல் செய்து காட்டி இருக்கிறார். இவரது மறைவு விவசாயிகளுக்குப் பேரிழப்பு.

அவர் வழி நடந்து விவசாயத்தை செழிக்கச் செய்வதே அவருக்கு நாம் வழங்கும் நினைவஞ்சலி ஆகும்.

மேலும் பசுவின் சாணத்தின் சாம்பலே திருநீறு என்று அழைக்கப்படுகிறது. சிவராத்திரி அன்று விபூதி மூட்டம் போடும் வழக்கம் இன்றும் சில வீடுகளிலும் தொடர்கிறது.

மேலும் பழங்காலத்தில் தற்போதைய கொசு விரட்டிகள் கிடையாது. கொசுவலை நாகரீகமும் கிடையாது.

பின்னர் இவர்கள் எப்படி கொசுவை சமாளித்தார்கள்? வரட்டியை எரித்து அந்தத் தணலில் வேப்பிலை, வேப்பம்பூ, மாம்பூ, ஆடுதொடா இலை என அந்தந்த சீசனில் கிடைக்கும் பொருள்களை இட்டு கொசுவை விரட்டினார்கள்.

கூடவே ஆஸ்த்துமா சளி, இருமல், மூச்சிரைப்பு போன்ற உபாதைகளில் இருந்தும் விடுபட்டார்கள்.

வைத்தீஸ்வரன் கோயில் ஆலயத்தில் இறைவனின் பெயரே வைத்தியநாதன் "தன்வந்திரி" உறையும் இடம், இங்கு திருநீற்றுடன் புற்றுமண்ணும் வேப்பிலைச் சாறும் கலந்து சிறுசிறு உருண்டைகளாக உருட்டிக் காயவைத்துப் பிரசாதமாகத் தருகின்றனர். இதற்கு "திருச்சாந்து" உருண்டை என்று பெயர். இதைச் சாப்பிட்டு வந்தால் தீராத நோய்கள் எல்லாம் தீரும் என்பது நம்பிக்கை. எனவேதான் சம்பந்தர் பாடினார்!

மந்திரமாவது நீறு வானவர் மேலது நீறு

சுந்தரமாவது நீறு துதிக்கப்படுவது நீறு

தந்திரமாவது நீறு சமயத்தில் உள்ளது நீறு

செந்துவர் வாயுமை பங்கன் திருஆலவாயவன் திருநீரே

அத்துடன் திருநீற்றைக் குறிப்பிட்ட இடத்தில் மட்டும் பூசுவது வழக்கம்.

1. நெற்றி
2. தோள்பட்டை
3. முழங்கை
4. மணிக்கட்டு
5. நெஞ்சு

இந்த இடங்களில் எலும்பு – நரம்பு முடிச்சுகளில் துர்நீர் சேர்ந்தால் அதை இந்த திருநீறு உறிஞ்சிவிடும். எனவேதான் குழந்தைகள் – குழந்தை பெற்றவள் – நோயாளி போன்றவர்களுக்கு தலைக்கு ஊற்றியதும் உச்சியில் திருநீறை வைத்து அழுத்தித் தேய்ப்பது மரபாயிற்று.

மேலும் குழந்தைகள் – பெரியவர்களுக்கு சளி பிடித்து மூச்சுத் திணறும்போது இந்த திருநீற்றை மூட்டையாகக் கட்டித் தலையணையாக வைப்பது வழக்கம். இது "சைனஸ்" பிரச்சினைக்கு எளிய மருத்துவம். தற்போது முகப்பவுடரை நீர்விட்டுக் குழைத்துத் திருநீறுபோல் பூசி "ஷோ" காட்டுகிறார்கள். இது தவறு. தங்களைப் பக்திமானாக அடையாளம் காட்ட பூசிக்கொள்ளும் அரிதாரம் இது!

சைவ சமயம் திருநீற்றுக்கு முக்கியம் தருவது இறுதியில் பிடி சாம்பல் என்பதை உணர்த்தவே! வைணவ சமயம் திருமண் அணிவது இறுதியில் மண்ணுக்குள் அடக்கம் என்று உணர்த்தவே!

அடிபட்டு ரத்தக்கட்டு ஏற்பட்டால் பசுஞ்சாணத்தை நன்கு பிசைந்து, உருட்டி விறகு அடுப்பில் போட்டு எரிக்க வேண்டும். ஆவி பறந்து சூடாகும்போது அதை ஒரு காட்டன் துணியில் சுற்றி, பொறுக்கும் சூட்டில் ஒத்தடம் கொடுத்தால் ரத்தக்கட்டு கரையும்.

மேலும் உள்ளுக்குள் செப்டிக் ஆகாது தடுக்கும். இது இன்றும் கிராமங்களில் நடைமுறையில் உள்ளது.

பசுவின் பித்தப்பையில் இருந்து எடுக்கப்படும் கோரோசனை குழந்தைகளுக்கு சிறந்த மருந்தாகும். சில குழந்தைகள் பிறக்கும்போதே பிரசவக் கழிவுகளைக் குடித்துவிடும். இது நெஞ்சில் கபமாகக் கட்டித் தொந்தரவு கொடுக்கும். இதற்கு அற்புதமான மருந்து கோரோசனை. வெற்றிலையை விளக்கில் வாட்டி சாறு எடுத்து அதில் சிறிது கோரோசனையை இழைத்துக் கரைத்துக் கொடுக்க, அழுக்குகள் மலத்துடன் வெளியேறி நல்ல குணம் கிடைக்கும்.

இதன் தோல் பறை – தப்பு போன்ற இசைக்கருவிகளுக்குப் பயன்படுகிறது. இதன் கொம்பு சீப்பு, ஈருளி போன்றவையும், குங்குமச் சிமிழ், மைசிமிழ், பொடி டப்பா போன்றவை செய்வதுடன் பலவிதமான கலைப்பொருட்கள் செய்யவும் பயன்படுகிறது.

அந்த நாட்களில் குழந்தைகளுக்கு ‘‘கையாந்தரை’’ மூலிகையில் ‘மை’ தயாரிப்பார்கள். அதில் பசு வெண்ணெய் குழைத்து கண்ணுக்கு இடுவார்கள். இதன் மூலம் கண்களுக்கு சிறந்த பாதுகாப்பு; அத்துடன் தீட்சண்யமான பார்வையும் கிட்டும்.

நம்மவர்கள் ஆண்டவனையே மாடு மேய்ப்பவனாகக் கோபாலன் என்று வழிபட்டவர்கள். பார்வதி பல தலங்களில் பசு வடிவில் சிவனைப் பூசித்ததாகத் தல வரலாறுகள் கூறுகின்றன.

இத்தகைய பசு பற்றி ஒரு சுவையான கதை.

இரு மாணவர்கள் கல்வி கேள்விகளில் சிறந்து விளங்கினர். இருவரில் யாரை முதல் மாணவனாகத் தேர்வு செய்வது என்று குருவுக்குக் குழப்பம். அந்த நாளிலேயே ‘டை பிரேக்’.

எனவே புதிதாக ஒரு டெஸ்ட் வைக்கிறார் இருவருக்கும்!

யார் இரண்டு புறமும் தலை உள்ள பசுவை முதலில் கண்டு வணங்குகிறார்களோ! அவனே சிறந்த மாணவன் என்று கூற, ஒருவன் ஜகா வாங்கி விடுகிறான். இரண்டு புறமும் எப்படி தலை இருக்கும் குருவிற்கு கிறுக்குப் பிடித்துவிட்டது என்கிறான்.

அடுத்தவன் குருவின் வார்த்தையை சிரமேற் கொண்டு தேடுகிறான். கண்டுபிடிக்கிறான். இருபுறமும் தலை உள்ள பசுவை, அதாவது கன்று ஈன்று கொண்டிருக்கும் பசுவைக் கண்டுபிடித்து வணங்கி ஆசிரியரிடம் விருதினைப் பெறுகிறான். கன்று ஈனும் பசுவை வலம் வந்து வணங்குவது நமது மரபு.

ஆலயங்களில் கோசாலை என்று பசு பராமரிப்பகம் உண்டு.

இப்படி சாணம் – சிறுநீர் அனைத்துமே இன்றைய ‘பிளீச்சிங்’ பவுடருக்கு இணையான சுற்றுச்சூழல் காக்கும் நிவாரணி.

எனவேதான் நமது முன்னோர்கள் மாட்டுப் பொங்கல் என்று ஒரு தினத்தையே தேர்வு செய்து சிறப்பு செய்தனர்.

இன்று பல்வேறு தினங்களை நாம் கொண்டாடுகிறோம். அன்றே மாடுகளுக்காக ஒரு தினத்தை ஒதுக்கிய நமது முன்னோடிகள் எவ்வளவு சிறந்த அறிவாளிகள்?

இவற்றைப் புரிந்துகொள்ள நாம் ஒரு தினம் ஒதுக்க வேண்டாம். தினம் தினம் புரிந்து செயல்படுவோம்...

நீண்ட வால் உடைய பசு சிறப்பானவை என்று கூறுவார்கள். அதுபோல சற்றே நீண்ட இந்த கட்டுரையும் பசுவின் சிறப்பைக் கூற முற்படுகிறது!

குறிப்பு: அம்மை நோய் தடுப்பு மருந்து கன்றுக்குட்டியின் உடலில் இருந்தே எடுக்கப்படுகிறது.

5.
மஞ்சள் மகிமை

சாணத்திற்கு அடுத்தபடியான வி.ஐ.பி. மஞ்சள்! இதன் மகிமை அளப்பரியது! பெண்களின் முக்கிய முகப்பூச்சு சருமரோக நிவாரணி. வலி நீக்கி. புண் ஆற்றும் திறன் என பல உபயோகங்கள்.

எனவேதான் அம்மை நோய் கண்டவர்களுக்கு வேப்பிலையையும், மஞ்சளையும் அரைத்துப் பூசி குளிக்கச் செய்வார்கள்.

மேலும், அம்மை நோய் கண்டவர்களுக்கு வெந்நீர் கூடாது; எனவே ஒரு அகலமான பாத்திரத்தில் தண்ணீரை நிரப்பி அதில் வேப்பிலையைப் போட்டு வெயிலில் வைத்து விடுவார்கள். உச்சி நேரத்தில் தண்ணீர் வெதுவெதுப்பாகி விடும். கூடவே வேப்பிலையின் சாரமும் இறங்கிவிடும்.

இது ஒரு டெட்டால் குளியலுக்கு இணையானது. இதனைச் சம்பிரதாயம் என்ற பெயரில் செய்ய நமது முன்னோர் எவ்வளவு தீர்க்க தரிசிகள்!

மேலும் பயறும் தேங்காயும் கலந்த பொங்கல், வெந்தயம் சேர்த்த தயிர் சாதம் நிவேதனம் என்றும் சொல்லி வைத்தனர். எளிதில் ஜீரணம் ஆகக்கூடிய, உள் புண்களை ஆற்றக்கூடிய அற்புத வல்லமை படைத்த உணவுகள் இவை!

மேலும் ஆரத்தி கரைத்து சுற்றுவது என்பது ஒரு மரபு. பெரிய தாம்பாளத்தில் மஞ்சள் நீரைக் கரைத்து அதில் சிறிது சுண்ணாம்பு சேர்த்து விழா நாயகர், நாயகிக்குச் சுற்றி வாசலில் அந்த நீரைக் கொட்டுவது வழக்கம்.

இதுவும் சாணம் தெளிப்பதுபோல் ஒரு கிருமி நாசினி தெளிப்பே!

அத்தோடு வளைகாப்பு. காதுகுத்து போன்ற வைபவங்களுக்கு மஞ்சளில் பிள்ளையார் பிடித்து வைப்பது, தேங்காய்க்கு மஞ்சள் பூசி வைப்பது, அட்சதை போடும் அரிசியில் மஞ்சள் கலப்பது எல்லாமே கிருமிநாசினியாகவும், கூடவே அதிக நபர்கள் கூடும் விழாவில் சுற்றுச்சூழல் மாசு தவிர்க்கவும்.

மேலும், பிள்ளையார் பிடித்து அருகம்புல் செருகுவது ஏன்? அருகம்புல் மிகச்சிறந்த மூலிகை. மஞ்சளும் அருகம்புல்லும் கூடும்போது கூடுதல் பவர்.

சாணத்தை நிழலில் வைத்தால் புழு வைக்கும். ஆனால், அருகம்புல் செருகிய சாணப் பிள்ளையாரை மாடத்தில் வைத்தாலும் புழு வைப்பது இல்லை. இது பிள்ளையாரின் மகிமை மட்டுமல்ல; அருகம்புல்லின் மகிமையும்கூட.

இதன் பவர் ஓர் ஆண்டு மட்டுமே. எனவேதான் முதல் பொங்கலுக்கு மாடத்தில் ஏற்றிய பிள்ளையாரை நீரில் கரைத்துவிட்டு புதுப் பிள்ளையாரைக் குடி ஏற்றுவது!

அருகம்புல்லின் அருமை அன்றே அறிந்தவர்கள் நம்மவர்கள். ஆனால், இன்றுதான் அருகம்புல் "ஜூஸ்" என்ற புதிய அலை உருவாகி இருக்கிறது.

வயதுக்கு வந்த பெண்களுக்குச் செய்யும் சடங்கை "மஞ்சள் நீராட்டு விழா" என்றே நம்மவர் அழைத்தனர் ஏன்? மஞ்சள் கலந்த நீரில் குளிப்பதால் புதிய தொற்று எதுவும் ஏற்படாது.

வலியைக் குறைக்கும்; அத்துடன் மஞ்சள் நிறம் நவக்கிரகத்தில் குருவுக்கு உரித்தானது. எனவே, புத்திரகாரகனான குருவின் நிறமாகிய மஞ்சள் நீராட்டும்போது அந்தப் பெண்ணுக்கு எதிர்காலத்தில் நல்ல "புத்திரப் பேறு" கிட்டும் வாய்ப்பு கூடும்.

அத்துடன் பெண்ணை மனையில் அமரவைத்து நல்லெண்ணெயில் தோய்த்த அருகம்புல்லால் உச்சியில் வருடுவது வழக்கம். இதற்கு ஏற்றி இறக்குவது என்று பெயர்.

அதாவது புதிய அனுபவம் காரணமாக பெண்ணுக்கு உடல் ரீதியாக, மன ரீதியாக பல தாக்கங்கள். இரண்டுங்கெட்டான் வயது ஆக இருப்பதால் இந்த மன உளைச்சல்கள் மூளையில் ஏறாமல் இருக்கவே இந்த ஏற்பாடு. எனவே, தலைசுற்றாமல் நிலைப்படி தாண்டக்கூடாது என்று ஒரு 'பிட்'டைப் போட்டு வைத்தார்கள்.

மேலும் வயதுக்கு வந்த பெண்ணுக்கு மஞ்சள் பொடியும், பருப்பும் சேர்த்த பொங்கல் வழங்குவார்கள். இது கிருமிநாசினியுடன் கலந்த ஊட்டச்சத்து மிகுந்த உணவு.

முக்கியமாக கருப்பு உளுத்தம் பருப்பும் கருப்பட்டியும் சேர்த்த களி கட்டாய உணவு. கருப்பு உளுந்துவுக்கு இடுப்பு எலும்பை உறுதிப்படுத்தும் தன்மை அதிகம். கருப்பட்டிக்கு கருப்பையில் சேரும் கழிவுகளை அகற்றும் குணம் உண்டு. எனவே, உணவே மருந்தாக வழங்கி தகுதியான வாரிசுகளைத் தாங்கும் வண்ணம் அவர்களைத் தயார் செய்தனர்.

அத்துடன் அம்மிக் குழவியை வைத்து சில சடங்குகள் அது மறைமுகமான செக்ஸ் கல்வி. இப்போதுபோல் பள்ளிப் பருவத்தில் செக்ஸ் கல்வி அன்று இல்லை. இருப்பினும் இலைமறை காயாக இந்த அறிவினைப் புகட்டி வைத்தனர்.

அண்மையில் விகடனின் ஒரு செய்தி படித்தேன். உலகம் எங்கும் புற்றுநோயின் தாக்குதல் அதிகரிப்பு. இதற்கு நம் நாடும் விலக்கல்ல. இருப்பினும் குடல் புற்று இந்தியாவில் அதிகம் இல்லை. காரணம் என்ன? என்று களம் இறங்கினர் அறிஞர்கள்.

நமது உணவில் சேர்க்கப்படும் மஞ்சள் மகிமையே இதற்குக் காரணம் என்று ஆய்வுகள் தெரிவிக்க அதிசயித்தனர் அவர்கள். புற்றுநோய் மட்டுமின்றி 250 நோய்களைத் தடுக்கும் ஆற்றல் உண்டு என்றும் அறிகின்றனர். எனவே, மஞ்சளுக்குக் "காப்புரிமை" பெற முயல்கின்றனர்.

நிறத்திற்காகச் சேர்க்கப்படுகிறது என்று நினைத்த மஞ்சள் மகிமை நம்மை வியக்க வைக்கிறது. மருந்தை பக்குவமாக உணவுடன் ஊட்டிய நமது முன்னோர் திறன் சிலிர்க்க வைக்கிறது. இனியாவது நாம் "எல்லோ" பவுடர் சேர்க்காது மஞ்சள் பொடி சேர்த்து சமைப்போமா?

குழந்தை பெற்ற பெண்ணுக்கு அந்த நாளில் மூன்று நாட்களுக்கு மஞ்சளை அரைத்துத் தேனில் கலந்து கொடுப்பார்கள். இது பிரசவப் புண்களை ஆற்றும் ஆற்றல் கொண்டது. சளி இருமல் இருந்தால் சிறிது மஞ்சளும், பத்து மிளகும் தட்டிப் போட்டுக் காய்ச்சிய பால் சாப்பிட்டால் நல்ல குணம் கிடைக்கும். தொண்டை வலியும் நீங்கும்.

விரலி மஞ்சளைச் சுட்டு அந்தப் புகையை மூக்கில் இழுத்தால் சைனஸ் பிரச்சினை குறையும்.

குழந்தை பிறந்ததும் அந்த அறையில் ஒரு தாம்பாளத்தில் மஞ்சளைக் கரைத்து வைத்து அதன் நடுவே ஒரு கரித்துண்டையும் வைப்பது வழக்கம். ஏன் என்று கேட்டால் அப்போதுதான் திருஷ்டி கழியும் என்பார்கள். தினமும் இந்த நீரை மாற்றி விட வேண்டும். புதிதாகக் கரித்துண்டும் வைக்க வேண்டும் என்பது நியதி.

கூடவே ஒரு இரும்புப் பொருள், ஒரு வாருகோலும். இது பேய் பிசாசு அண்டாமல் இருக்க என்று ஒரு பிட்டைப் போடுவார்கள்.

உண்மையில் மஞ்சள் நீர் சுற்றுச்சூழல் மாசுகளில் இருந்து காக்க. காற்றில் உள்ள காந்த அலைகளைத் தடுத்து ஈர்க்க, இரும்பு, கரித்துண்டு ஈரப்பதத்தையும் துர்நாற்றத்தையும் விரட்ட.

"ஃப்ரிஜ்ஜில்" துர்வாடை வீசினால் ஒரு கரித்துண்டு வைக்கும்படி தற்போது 'டிப்ஸ்' தருகிறார்கள். அதை அன்றே கண்டவர்கள் நம்மவர். வாருகோல் பூச்சி பொட்டு ஏதும் வந்தால் உடனே போட்டுத் தாக்க. எளிமையான வழிமுறைகள் ஏகப்பட்ட மருத்துவம்.

அத்துடன் கர்ப்பிணிகளுக்குப் பலகாரம் செய்துகொண்டு போகும்போது அதில் ஒரு கரித்துண்டும், இரும்புத் துண்டும் வைப்பார்கள். கரித்துண்டு

பலகாரம் நமுத்துப் போகாமல் இருக்க, வெளிக்காந்த அலைகளைத் தடுக்க இரும்புத் துண்டு. தற்போது பிஸ்கெட் டப்பாவில் கரித்துண்டு வைத்தால் நமுத்துப் போகாது என்று டிப்ஸ்!

அதை எப்போதோ கண்டவர்கள் நம்மவர்!

குழந்தைகள் பயத்தில் விடாது அழுதால் ‘‘கொழுமோர்’’ கொடுப்பது என்பது ஒரு சம்பிரதாயம். சிறிது மோரில் பழுக்கக் காய்ச்சிய இரும்பை ‘‘சொர்ரென்று’’ சத்தம் வர நனைத்து அந்த மோரைப் புகட்ட வேண்டும். அந்த சத்தத்தில் பேய் பிசாசுகள் பயந்து ஓடிவிடும் என்று அவர்கள் விளக்க, நாம் நக்கலாகச் சிரிப்போம்!

குழந்தைக்குக் கொடுக்கும் மோரில் இரும்புச்சத்து சேர்க்கவே இந்த ஏற்பாடு. அப்போது ஏற்படும் புகையில் சைனஸ் – தலைவலி போன்ற உபாதைகளும் நீங்கும்.

குழந்தைக்குப் பதினோராம் காப்பு அன்று ராஜகீரை என்ற முருங்கைக்கீரை பொரியல் செய்து அதைப் புழுங்கல் அரிசி சாதத்தின்மீது பரத்தி நல்லெண்ணெய் ஊற்றுவார்கள். அதைச்சுற்றி கொழுக்கட்டை மாவில் செய்த பதினைந்து அகல் விளக்குகளில் எண்ணெய் ஊற்றி ஏற்றி அதைப் படையல் செய்து பிள்ளை பெற்றவளுக்கு சாப்பிடக் கொடுப்பார்கள்.

முருங்கைக்கீரை சாப்பிட தாய்ப்பால் நன்கு சுரக்கும். எனவே இந்த ஏற்பாடு. அத்தோடு ஏற்றிய விளக்கையும் ஒரு பிடி கீரை சாதத்தையும் எல்லாக் குழந்தைகளுக்கும் பிள்ளை பெற்றவளே வழங்க வேண்டும்.

ஒலிம்பிக் ஜோதி ஏற்றுவதுபோல இந்த ஏற்பாடு. எல்லாக் குழந்தைகளுக்கும் விளக்கை வழங்கும்போது ஒளிமயமான வாழ்க்கை குழந்தைக்கு அமைய இந்த சடங்கு புறக்காரணியாக அமைகிறது. மேலை நாட்டினர் மாதிரி விளக்கை (மெழுகுவர்த்தி) ஊதி அணைப்பதில்லை நம்மவர்.

சின்னச் சின்ன விஷயத்திலும் ‘‘பாஸிட்டிவ்’’ சிந்தனையே நமக்கு. அத்தோடு ஊரார் பிள்ளையை ஊட்டி வளர்த்தால் தன்பின் பிள்ளை தானே வளரும் என்பது நமது அசைக்க முடியாத நம்பிக்கை. ஏனென்றால் நமது எண்ணங்களே நமது வாழ்க்கையை நிர்ணயிக்கின்றன. எனவே தீபம் ஏற்றி வழங்கும் ஏற்பாடு!

அடுத்து காது குத்துவது!

திருமணத்திற்கு முன்பு அவசியம் காது குத்தியே ஆகவேண்டும். தவற விட்டவர்களுக்கு முதல்நாள் கட்டாயம் காது குத்திவிடுவார்கள். நான் காது குத்தவில்லை உங்களுக்கு! உண்மையையே சொல்கிறேன்.

காதுகுத்து என்பது ஒரு ‘‘அக்யூபஞ்சர்’’ மருத்துவம். காது மடலில் அனைத்து உறுப்புகளுக்கும் கனெக்ஷன் உண்டு. காதின் உள்பகுதியை உற்றுக்

கவனித்தால், கருப்பையில் சிசு இருக்கும் பொஸிஷனின் தோற்றத்தைக் காணலாம்.

அதன் தலைப் பகுதியிலேயே காது குத்துவது. இதன் காரணமாக மூளை நரம்புகள் நன்கு தூண்டடப்படுகின்றன. அறிவுத்திறன் மேம்படுகிறது. அந்தக் காலத்தில் ஆண்களும் காதணி அணிந்தது இதனால்தான்.

தற்போது ஒற்றைக் காதில் காதணி அணியும் நாகரிகம் இளைஞரிடையே காணப்படுகிறது.

அடுத்து தோப்புக்கரணம். தவறு செய்தால் ஆசிரியர் அளிக்கும் தண்டனை இதுவே. பெரியவர்கள் பிள்ளையார் எதிரில் தோப்புக்கரணம் போடுவார்கள்.

மனைவி எதிரில் கணவர்கள் போடும் தோப்புக்கரணம் தனிக்கதை!

இந்தத் தோப்புக்கரணம் மூலம் பலவித நலன்கள் கிடைக்கின்றன. இதையும் ஒரு "யோகா பயிற்சி" என்று மேலைநாட்டு ஆய்வாளர்கள் கூறுகின்றனர். இதைப் பயில, பயிற்றுவிக்க என்று ஏகப்பட்ட வகுப்புகள்.

இவைகளைப் பள்ளிப் பருவத்தில் தண்டனை என்றும், வளர்ந்தபின் பிரார்த்தனை என்றும் நம்மவர்கள் சூட்சுமமாகச் சொல்லி வைத்தனர். இவற்றை எல்லாம் மறந்ததின் விளைவே இன்று பல்வேறு மன உளைச்சல்கள், மருத்துவரைத் தேடி அலைச்சல்கள். ஏன் எதற்கு என்று நம்மவர் கூறாததும் ஒரு தவறே!

இன்று ஆய்வுகள் மூலம் உண்மை அறிந்ததும் இது மீண்டும் தொடர்கிறது. இது வரவேற்க வேண்டிய விஷயம்!

மேலும் பெண்கள் அந்தக் காலத்தில் காதின் நடுப்பகுதி, மேற்பகுதி, உள்மடல் போன்ற இடங்களிலும் துளையிட்டு அணிகலன்கள் அணிந்தனர்.

இவை முதுகெலும்பு, இடுப்பு, முழங்கால் போன்ற உறுப்புகளுக்கு உரமூட்டவே!

6.
திருமணம்

திருமணத்திற்கு மூன்று அல்லது ஐந்து நாட்கள் முன்பாகவே முளைப்பாலிகை வளர்ப்பு என்று ஒரு சம்பிரதாயம். பாலிகைக் கிண்ணம் என்று தனியே பாத்திரம் உண்டு. பத்து அல்லது பதினைந்து பாத்திரத்தில் மணல் நிரப்பி அதில் நவதானியங்களைத் தூவி இருவேளையும் தண்ணீர் தெளித்து வரவேண்டும்.

திருமணத்தன்று இது நன்கு முளைவிட்டு பாத்திரம் நிரம்பி வழியும். இதைத் திருமணம் முடிந்தவுடன் பெண்ணும் மாப்பிள்ளையும் குளத்தில் இட வேண்டும்.

இது விவசாயம் பற்றி மணமக்களுக்குத் தெரிவிக்கும் "பிராக்டிக்கல்" பயிற்சி. குளத்தில் இருந்து ஒரு குடம் நீர் கொண்டு வரவேண்டும். இது ஏன்?

திருமணச் சடங்கு ஆரம்பிக்கும் முன்னே "அரசாணைக்கால்" நடுவது என்று ஒரு சம்பிரதாயம். பூவரசன் கிளை ஒன்று, ஒதியன் கிளை ஒன்று என இரண்டையும் பந்தலில் கட்டி அதற்கு பூ, பொட்டு, மஞ்சள், சந்தனம் தடவி, புதிய வஸ்திரம் கட்டி, தூபம், தீபம் காட்டி வழிபட வேண்டும்.

திருமணம் முடிந்து பாலிகை கரைத்து மணமகள் சுமந்து வரும் நீரை இந்தக் கிளைகளை நட்டு அவைமீது ஊற்றவேண்டும். மேளதாளத்துடன் அதன் பிறகே திருமணச் சடங்குகள் நிறைவடையும். இது ஏன்?

மரம் நடுவிழாவின் அங்கமே இது. இது அரசனின் ஆணை. அதுவே அரசாணைக்கால் என்று இருந்தது. ஒவ்வொரு தம்பதியும் இரு மரங்கள் நடவேண்டும். அது நன்கு செழித்தால் அவர்கள் வாழ்க்கையும் நன்கு செழிக்கும் என்று ஒரு பிட்டையும் போட்டு வைத்தார்கள் நம்மவர்கள்!

மரம் செழித்தால் மழை செழிக்கும். மழை செழித்தால் மக்கள் செழிப்பர் என்று இந்த ஏற்பாடு. தற்போதைய மரம் நடு விழாக்களில் முதல் ஆண்டு நட்ட குழியிலேயே மறு ஆண்டும் நடுகிறோம். இனியாவது இதுபற்றி யோசிப்போமா?

அது ஏன் பூவரசன், ஒதியன் என்று வைத்தார்கள். இரண்டுமே கிளை மூலம் ஆளாகும் மரங்கள்.

பூவரசன் உறுதியானது; வளையும் தன்மையற்றது. எனவே, ஆணுக்காக பூவரசன். ஒதியன் குளிர்ச்சியானது; வளையும் தன்மை கொண்டது. எனவே, பெண்ணுக்கு ஆனது.

அதாவது ஆண் நிமிர்ந்து உறுதியாக நடக்க வேண்டும் என்றும், பெண் வளைந்து கொடுத்து குளிர்ச்சியான பேச்சின் மூலம் ஆணை வசப்படுத்த வேண்டும் என்றுமே இதன் உட்பொருள்கள்.

அடுத்து அம்மியின்மீது மணமகள் கால் வைக்க மணமகன் மணமகளின் இரண்டாவது கால் விரலில் மெட்டி அணிவிக்கும் சடங்கு.

இந்த பிரபஞ்சம் பஞ்ச பூதங்களால் ஆனது. நமது உடலிலும் பஞ்சபூதங்கள் மறைந்து நிற்கின்றன. அதைப்போல் பஞ்ச பூதங்கள் நிறைந்த கனிமம் கருங்கல் மட்டுமே. எனவேதான் இந்த ஏற்பாடு.

எனவேதான் கருவறை தெய்வத்தைக் கல்லில் வடித்தனர் நம்மவர். உற்சவரை செம்பு அல்லது பஞ்ச லோகத்தில் செய்தனர். செம்பு மின் கடத்தி. கருவறை தெய்வத்தின் ஆற்றலை செம்பு விக்ரகங்கள் கடத்தியாகச் செயல்பட்டு, ஆலயம் செல்லாதவர்களுக்கும் தங்களது அதிர்வுகளை வெளிப்படுத்தி ஆகர்ஷிக்கும் அருள்பாலிக்கும் கருணையமானவன் இறைவன் என்கிறார்கள்.

பெண்களின் இரண்டாவது கால் விரலுக்கும், கருப்பைக்கும் கனெக்ஷன் உண்டு. வெள்ளியினால் செய்த மெட்டி விரலில் உருள உருள கருப்பை ஆரோக்கியம் மேம்படும். ஆரோக்கியமான குழந்தை பிறக்கும்; எனவே இந்தச் சடங்கு.

அடுத்தது நலங்கு.

இது தம்பதிகள் பேசிப் பழகவும், விட்டுக் கொடுக்கும் தன்மையை வளர்த்துக் கொள்ளவும் செய்ய ஏற்பாடு. ஆனால் இன்று, இதுவே போட்டி மனப்பான்மையை ஊட்டி வளர்க்கும் வண்ணம் உசுப்பேற்றப்படுகிறது.

அடுத்து நாகவல்லி என்று ஒரு சடங்கு.

மணமக்கள் கைகளை பெண்ணின் உடன்பிறப்பு பற்றி அக்னியை வலம் வந்து அவர்கள் கைகளில் பொரியை இட்டு அதனை மைத்துனன் கைகளால் பொத்தி அக்னியில் இடவேண்டும். மைத்துனனுக்கு உடனே மோதிரம் அணிவிக்க வேண்டும்.

உடன் பிறந்தவளையும், அவள் கணவனையும் என்றும் காப்பேன் என்னும் உறுதிமொழியே இந்த சடங்கு. முத்துக்குளிக்கும்போது இன்றும் மைத்துனனைப் படகில் இருந்து கயிறு இழுப்பது பரதவர்களின் வழக்கம். மைத்துனன் உயிர்மீது அக்கறை கொண்டவன் மனைவியின் உடன்பிறப்பு

மட்டுமே என்பதால் இந்த ஏற்பாடு. அந்த பழைய முறைகளை மறந்து சொத்து பங்குபிரிக்க இன்று இவர்கள் அடித்துக்கொள்வது, அடித்தே கொல்வது என்று காலம் மாறுகின்றது. மனம் கனக்கின்றது.

அடுத்து கட்டுசாதம்.

பத்துப் பசையோடு போனால்தான் உறவு ஒட்டும் என்று இதற்கு ஒரு விளக்கம். உண்மையில் அந்தக் காலத்தில் போக்குவரத்து வசதி குறைவு. ஓட்டல் வசதியும் குறைவு. எனவே, இடைவழியில் பசியாறவே இந்த ஏற்பாடு. கூடவே பலகாரங்கள்.

இன்று "ப்ளேனில்" பறந்தாலும் இது தொடரும் அதிசயம். இதன் அர்த்தம் புரியாமலேயே இது இன்றும் தொடர்கிறது. கட்டிக் கொடுக்கும் கட்டுச் சாதம் குப்பைக் கூடைக்குப் போகிறது. இதனை ஏதேனும் வீடுகளுக்கும் வழங்கலாமே, யோசிப்பார்களா?

மூலிகை மருந்துகள் நிரம்பிய ஒரு பானையில் நீரை நிரப்பி அதில் எழுதுகோலும், பாலாடையையும் இடுவார்கள். அந்த நீரில் இருவரும் கைவிட்டு பொருளை எடுக்க வேண்டும்.

பாலாடையை மணமகளிடம் தந்து குழந்தைக்குப் பால் புகட்ட என்று மணமகன் கூற வேண்டும்.

எழுதுகோலை மணமகனிடம் குழந்தைக்கு கல்வி புகட்ட என்று மணமகள் கூறவேண்டும்.

இதன் மூலம் குழந்தை வளர்ப்பு, குடும்ப பாரம்... என்ற வாழ்வியல் தத்துவங்களைச் சடங்குகள் மூலமாகவே உணர்த்தினார்கள்.

அடுத்து பண்டிகைகளுக்கு அழைப்பு – மறுவீடு அழைப்பு என்று பல்வேறு அழைப்புகள். இது ஏன்?

மணமகள் புகுந்த வீட்டை நன்கு புரிந்துகொண்டாளா? அவர்களுடன் ஒன்றிவிட்டாளா? என்று அறியவும், அவர்கள் தம் மகளை எப்படி நடத்துகிறார்கள் என்பதை அறிந்து கொள்ளவே இந்த அழைப்புகள்.

அத்தோடு புகுந்த வீட்டிலேயே தொடர்ந்து தங்கினால் பிறந்த வீட்டை மறக்க இயலாது தவிப்பாள். எனவே, புகுந்த வீட்டினருடன் அவளால் ஒன்ற முடியாது. எனவே, இந்த அழைப்புகள்.

அத்தோடு பெண்ணை விட்டுவிட்டு செல்லுங்கள். ஒருவாரம் கழித்து நாங்களே கொண்டு வந்து விடுகிறோம் என்பார்கள். தனிமையில்தான் உண்மை நிலையை உணர்த்துவாள் பெண். அத்துடன் இந்த செயற்கைப் பிரிவால் தம்பதிகளிடம் நேயம் கூடும் என்ற உளவியல் காரணமும்.

ஆனால் இன்று, இதுவெல்லாம் மாறி காலையில் திருமணம் மாலையில் ரிஷப்ஷன், ஒரு வாரம் ஹனிமூன், பின்னர் தனிக்குடித்தனம் என்று மாற்றங்கள். இதன் காரணமாக பல ஏமாற்றங்கள். அதன் காரணமாகக் கருத்து வேற்றுமைகள், கவுன்சலிங் கடைசியாக டைவர்ஸ்!

7.
பிரசவம்

பெண்கள் கருவுற்றதும் மூன்றாம் மாதம்தான் பிறந்தகம் வரவேண்டும். இரட்டித்த மாதத்தில் வரக்கூடாது என்று ஒரு கண்டிஷன்!

இளம் கர்ப்பிணிகள் பயணத்தைத் தவிர்க்க வேண்டும் என்ற இந்த ஏற்பாடு தற்போது மருத்துவர்கள் இதே அறிவுரையைக் கூறுகிறார்கள். அதனை அறவுரையாக வழங்கியவர் நம்மவர்.

அடுத்து ஐந்தாம் மாதம். ஐந்து வகைப் பழங்கள் வைத்துப் பெண்ணை அழைத்து வரவேண்டும். பின்னர் வளர்பிறையில் மருந்து பிழியும் சடங்கு.

கர்ப்பிணிகள் அதிகம் பழம் சாப்பிட வேண்டும். எனவே, பழங்கள் வைத்து அழைப்பு. அந்தக் காலத்தில் தற்காலங்கள் மாதிரி கர்ப்பிணிகளுக்கு தடுப்பூசிகள் கிடையாது. எனவே, இந்த மருந்து பிழியல்.

வேப்பிலை, துளசி, வில்வம், மூக்கிரட்டை இவற்றுடன் வேறு ஒரு மூலிகையும் சேர்த்து நசுக்கி சாறு எடுத்து ஐந்து அல்லது ஏழு பேர் அதை வாயில் புகட்டுவார்கள். இதுவே அன்றைய கர்ப்ப கால தடுப்பு மருந்து முதல் நிலை.

அடுத்து, ஏழாம் மாதம் வளைகாப்பு. எவ்வளவு வசதி படைத்தவர்கள் ஆனாலும் கண்ணாடி வளையல்களே அணிவிக்க வேண்டும். இது ஏன்?

முதலில் வேப்பிலை ஈர்க்கால் செய்த காப்பை கையில் இட்டு, பின்னரே கலர் கலராக வளையல் அடுக்க வேண்டும். பட்டுப் புடவை, பருப்பு, தேங்காய், கருப்பரிசி என்று சீர்வரிசைகள் வந்து பெண்கள் அனைவருக்கும் வளையல் சித்திரான்னம் என்று களைகட்டும் விழா.

கருப்பையின் நரம்புகள் முழங்கைக்குக் கீழே மணிக்கட்டு வரை நீள்கிறது. எனவே, கனமான கண்ணாடி வளையல்களை உரசும்போதும், பெண் கைகளை உயர்த்தும்போதும் இந்த வளையல்கள் அந்த நரம்புகளை 'மஜாஜ்' செய்யும். இது சுகப்பிரசவத்திற்கு வழிவகுக்கும். அத்துடன் கடைசியாக வெள்ளிக்காப்பும் தங்கக் காப்பும் அணிவிப்பார்கள். இது ஏன்?

இது ஆரோக்கியம் மேம்பட. தங்கமும், வெள்ளியும் சேர்ந்து உரசும். அந்தக் கைகளினால் உணவு உண்ணும்போது கூடுதல் எஃபெக்ட் கிடைக்கும். இது செயற்கையாக சுற்றுச்சூழல் மேம்படச் செய்யும். சுற்றுச்சூழலின் தீய விளைவுகளில் இருந்து காக்கும் கவசம் இது.

சில சமூகங்களில் வளர் இளம்பெண் பருவத்திலேயே மெட்டி அணியும் பழக்கம் இருக்கிறது. இது வரவேற்கத்தக்க விஷயம். சில சமூகத்தில் எல்லாக் குழந்தைப் பேறுக்கும் வளையலும், கட்டுச்சாதமும் பிறந்த வீட்டுச் சீராகச் செய்வது இன்றும் வழக்கில் உள்ளது. இதுவும் வரவேற்கத்தக்க விஷயமே!

அடுத்து கர்ப்பிணிகள் தங்கள் கைகளை வயிற்றின்மீதோ அல்லது இடுப்பின்மீது வைத்துக் கொள்வது அனிச்சையான செயல். கருவில் வளரும் சிசு அந்த வளையோசையைக் கேட்டுக் கேட்டுத் தன் தாயை அடையாளம் காண்கிறது.

வயிற்றில் வளரும் சிசுவிற்கு மனமும் அறிவும் உண்டு என்கிறது இன்றைய விஞ்ஞானம். அதை அன்றே உணர்ந்தவர்கள் நம் ஞானிகள்.

எனவேதான் இதிகாச காலத்திலேயே இதை உணர்ந்தவர்கள் நம்மவர்கள். அர்ச்சுனன் மகன் அபிமன்யு கருவில் இருக்கும்போதே ‘சக்ர’ வியூகத்தை எப்படி உடைப்பது? என்பதை கிருஷ்ணன் மூலம் கேட்டு வளர்ந்ததும் அதன்படி செயல்படுகிறான்.

அபிமன்யுவின் மகன் கிருஷ்ணனின் உபதேசம் போல இருக்கிறதா? என்று தான் கருவில் இருந்தபோது கேட்டவைகளை அனைவரிடமும் பரீட்சித்து பரீட்சித்துப் பார்த்து பரீட்சித்து என்றே பெயர் பெற்றான்.

மேலும் இரணியனின் மகன் பிரகலாதன் கருவிலேயே திருவாகிறான். நாரதரின் உபதேசம் மூலம் நாராயணனையே சரண் அடைகிறான் என்று நம்மவர்கள் எழுதி வைத்தார்கள்!

எனவே, வளையொலி சிசுவை ஈர்க்கும். அதன் ஒலிக்கு ஏற்ப துள்ளிக் குதிக்கும்; நஞ்சுக்கொடியைப் பற்றி விளையாடும், பின்னர் உறங்கிவிடும். எனவேதான் சின்னஞ்சிறு குழந்தைகூட தாயின் ஸ்பரிசம் மூலமே அடையாளம் கண்டு அழுகையை நிறுத்துகிறது. எப்போதுமே வளையல் ஒலி கேட்பது சாத்தியமில்லை. எனவே, அந்த ஒலியிலிருந்து வேறு ஒலிக்கும் குழந்தையைப் பழக்க வேண்டும் அல்லவா?

எனவே குழந்தையை குளிப்பாட்டும்போது நாள்தோறும் இரண்டு வளையல்களைக் கழற்றி குழந்தையின் தலையைச் சுற்றி உடைப்பது வழக்கம். அந்தப் புதிய ஒலியில் பழைய ஒலியை குழந்தை மறக்கும்.

தாயின் குரலை அடையாளம் காணும். அடுத்தடுத்து தகப்பன், தாத்தா, பாட்டி என்று அடையாளம் கண்டுவிடும். இதற்குத் திருஷ்டி கழிப்பு என்று பெயர் வைத்தனர் நம்மவர்கள்.

குழந்தைக்குப் பதினாறாம் காப்பு அன்று வேப்பிலை ஈர்க்கில் செய்த காப்பை முதலில் காலிலும், கையிலும் இட்டுப் பின்னால் வளையல், கொலுசு அணிவார்கள். முக்கியமாக முக்காப்பு என்று ஒரு காப்பு. இரும்பு – செம்பு – வெள்ளி என மூன்று உலோகங்களால் செய்த காப்பு. இந்த மூன்றும் இணைந்து கணுக்காலில் உராயும்போது அதிலிருந்து புறப்படும் மின்காந்த அலைகள் சுற்றுச்சூழல் மாசுகளில் இருந்து குழந்தையைப் பாதுகாக்கிறது.

கர்ப்பிணிக்கு முதல் தடுப்பு மருந்து, ஐந்தாம் மாதம் செய்யும் மருந்து பிழியும் சடங்கு. இதைத் தற்போது ஏழாம் மாதம் வளையல் விழாவின்போது சேர்த்துச் செய்கிறார்கள். இது தவறு. எப்படி தடுப்பூசிகளைக் குறிப்பிட்ட மாதத்தில் போடுகிறோமோ, அதுபோலவே இந்தச் சடங்குகளைச் செய்தால்தான் முழுமையான பலன் கிட்டும்.

அடுத்து எட்டாம் மாதம் சீமந்தம்.

இதில் நசியம் பிழிவது என்று ஒரு சடங்கு. முக்கிய மூலிகைப் பொருட்களை சிறுமிகளை விட்டு நசுக்கச் செய்து அதை நீரில் கரைத்து தங்கம் – வெள்ளிக் கிண்ணியில் நிறைத்து மனைவியின் நாசியில் கணவன் இடவேண்டும். நாசியில் பிழிவதால் நாசியம் என்று பெயர். இதுவே நசியம் என்று திரிந்தது. இந்த பிழிச்சல் மூலம் சுவாசம் வழியே மூலிகைகளின் வாசம் கருவில் இருக்கும் சிசுவுக்குத் தடுப்பு மருந்தாகச் செயல்பட்டது. இது எட்டாம் மாதத் தடுப்பு நிவாரணம்.

அடுத்து ஒன்பதாம் மாதம். ஒரு நல்ல நாளில் ஒன்பது கிராம்பு அல்லது ஒன்பது மிளகைத் தட்டிப்போட்டு கஷாயம் வைத்துத் தேன் கலந்து குலதெய்வ திருநீறு கலந்து தருவார்கள்.

இதற்கு அவர்கள் தரும் விளக்கம்!

பேறு காலத்தில் நாள் கிழமை பார்த்து மருத்துவம் செய்ய முடியாது. எனவே, முன்னதாக நல்ல நாளில் மருந்து கொடுப்பது என்பார்கள். இது ஒன்பதாம் மாதத் தடுப்பு மருந்து. இப்படி பல்வேறு பாதுகாப்பு ஏற்பாடுகள்.

ஆனாலும், பிரசவ பயம் ஏற்படுமே! அதற்கு என்ன செய்வது? தற்போது பல்வேறு மருத்துவ ஆலோசனைகள். இது அந்தக் காலத்திலேயே உண்டு.

இப்படி பல்வேறு சடங்குகள், சம்பிரதாயங்கள் மூலம் பெண் பிறந்த வீட்டிற்கு வந்து விரும்பியதை சாப்பிட்டு விரும்பியவர்களுடன் அளவளாவி, புடவை, நகை என்று பல்வேறு பரிசுப் பொருட்களைப் பெற்றுக் கொள்ளும்போது, தாயின் மனம் மகிழும். இதனால் ஆரோக்கியமான குழந்தை பிறக்கும்.

இன்று நடப்பது என்ன?

வளைகாப்புப் புடவையில் ஜரிகை கம்பி, பருப்புத் தேங்காயின் உயரம் கம்மி! எங்கள் வீட்டு ஜனங்களைச் சரிவர உபசரிக்கவில்லை. குழந்தை பிறந்தது இத்தனை பவுண்ட் என்று 'டிமாண்ட்' செய்வது வழக்கமாயிற்று.

இந்த 'டிமாண்ட்' கர்ப்பிணிகளின் மனதை எவ்வளவு கஷ்டப்படுத்திக் கண்ணீர் வடிக்க வைக்கும்? விளைவு?

மன ஆரோக்கியமற்ற, சுயநலமான குழந்தைகள் பிறப்பு, பின்னாளில் பெற்றோரைச் சுமக்க மறக்கும் பிள்ளைகள், பாசமற்ற பிள்ளைகள் பிறக்க இதுவும் ஒரு உளவியல் காரணம்.

கர்ப்பிணிகள் கிழிந்த துணி தைக்கக்கூடாது. இதன் மூலம் ஆபரேஷன், தையல் என்ற எதிர்மறை சிந்தனை தோன்றக்கூடாது என்றே இந்த கண்டிஷன்.

அத்துடன் பீரோ, பெட்டி போன்றவற்றைப் பூட்டி வைக்கக்கூடாது. கூரை வேயும்போது மோட்டுவளை மூடக்கூடாது. அடுப்புப் போட்டு அறுக்கக் கூடாது. எலிவளை அடைக்கக்கூடாது என்று பல கண்டிஷன்கள். இவை அனைத்துமே மறைமுகமாகக்கூட கர்ப்பிணிக்கு எதிர்மறை சிந்தனை உருவாகக் கூடாது என்ற தொலைநோக்குச் சிந்தனையே!

மூக்குத்தி அணிவது ஏன்?

மூக்கில் அணியும் தங்கத்தின்மீது உராய்ந்து வரும் மூச்சுக்காற்று குழந்தையின் ஆரோக்கியத்திற்கு அணிகலனாகிறது. எனவேதான், விதவைகள் மூக்குத்தி – மெட்டி அணிவதில்லை. தங்க பஸ்பம், வெள்ளி பஸ்பம் இரண்டும் நமது பாரம்பரிய வைத்தியத்தில் முக்கிய அங்கம் வகிக்கிறது என்பதை நினைவில் கொள்ள வேண்டும்!

இது நிஜமா? என்பது நமது கேள்வி.

புகை பிடிக்கும்போது அந்தப் புகை அருகில் உள்ளவர்களையும் பகையாகத் தாக்குகிறது என்பது தற்போது கண்கூடு. அதுபோலவே மூக்குத்தி வழியே வெளியேறும் சுவாசமும் அருகில் இருக்கும் கணவனையும், கருவில் இருக்கும் சிசுவையும் ஆட்கொண்டு ஆரோக்கியம் காக்கிறது. இதுவே நிஜம்!

மேலும், பெண்ணுக்குத் தாலி அணிவிப்பது ஏன்? ஆண் தலைநிமிர்ந்து நடப்பவன். எனவே, ஒரு பெண்ணின் கழுத்தில் இருக்கும் தாலியைக் கண்டதும் இவள் பிறன் மனைவி என்று ஒதுங்கி வணங்குவர்.

அதேசமயம் பெண்கள் தலைகுனிந்து நடப்பவர்கள். எனவே, ஆணுக்குத் திருமணத்தின்போது கால் கட்டை விரலில் ஒரு அணிகலனை அணிவிப்பார்கள். இது இன்றும் சில சமூகங்களில் கடைபிடிக்கப்படுகிறது. இதனை மன்னர்கள் வீரக்கழல் என்ற பெயரில் அணிந்தார்கள்.

புலவர்கள் மன்னனைப் புகழ்ந்து பாடும்போது பகை மன்னர்கள் காலில் வீழ்ந்து வீழ்ந்து வீரக்கழல் தேய்ந்து போய்விட்டது தன் மன்னனுக்கு என்று பாடுவது வழக்கம்.

அறுபத்து மூவரில் ஒருவருக்குக் கழற்சிங்க நாயனார் என்றே பெயர். சிங்கம் போன்று கழல் அணிந்தவர் என்றே இந்தப் பெயர். இவர் நந்திவர்மப் பல்லவ மன்னர். சிவனுக்கு சார்ந்த வேண்டிய பூவை முகர்ந்து பார்த்ததற்காகத் தன் மனைவியின் கைகளையே வெட்டியவர்.

அப்படி கழல் தற்போது அணிவிக்கப்பட்டாலும் உடனே அதனைக் கழற்றி விடுகின்றனர். பூட்ஸ் காலுறை என்ற நாகரிகம் வந்தபின் கழற்றாமல் இருந்தாலும் ஒன்றும் ஆகப்போவது இல்லை!

மீண்டும் விட்ட இடத்தில் இருந்து தொடர்வோம். பிரசவ வலி பற்றியும், பிரசவ பயம் பற்றியும் சற்றே அலசுவோம்.

பிரசவ வலியின் அளவையை ஒரு அளவுகோல் கொண்டு 12 விழுக்காடு என்று நிர்ணயித்து இருக்கிறார்கள். ஆனால், அதில் ஆறு விழுக்காடு வலி ஏற்பட்டாலே தாங்க இயலாது. உடன் மரணம் நிச்சயம் என்கிறார்கள் மருத்துவ வல்லுநர்கள்.

இப்படி வலியைத் தாங்கித் தாங்கியே வலிமை பெறுகிறாள் பெண்! மனவலிமையில் ஆணைவிடப் பெண்ணே முன்னிலை வகிக்கிறாள்! எனவே, இந்த மனோசக்தி காரணமாக அவள் சக்தி என்றே அழைக்கப்படுகிறாள்.

அவளின் சக்தி தீயாய் கொழுந்துவிட்டு எரிந்து கொண்டே இருக்கும். எனவே, பிரசவ வலியை ஆணும் உணர வேண்டும். பிரசவத்தின்போது கணவன் உடன் இருக்க வேண்டும் என்று ஒரு புதிய அலை இப்போது உருவாகி வருகிறது மேலை நாடுகளில்.

ஆனால், நம்மவருக்கு இதில் உடன்பாடு இல்லை. ஆனால், அதற்கு அவர்கள் கூறும் காரணம் எல்லோருக்கும் உடன்பாடே!

பெண்களின் அந்த அவஸ்தையை நேருக்கு நேர் கண்களால் காணும் ஆணுக்கு இல்லறத்தில் நாட்டம் இருக்காது என்பது அவர்கள் வாதம். எனவேதான் 15ம் நாள் தலைக்குத் தண்ணீர் விட்டபின் 'புண்ணியாஜலம்' சடங்கின்போதுதான் கணவனே மனைவியைப் பார்க்கலாம்.

இதுபற்றி காந்திஜி தனது சுயசரிதையில் கூறி இருக்கிறார். காந்திஜியின் கடைக்குட்டி பிறந்தபோது உதவிக்கு யாரும் இல்லை. உடனிருந்து உதவியவர் காந்திஜி மட்டுமே! மனைவியின் அவஸ்தையைக் கண்ட அவர் அப்போதுதான் பிரம்மச்சரியம் அனுஷ்டிக்க முற்படுகிறார். பலமுறை தோல்வி கண்டு, 50 வயதில்தான் முழு வெற்றி பெற்றதாகக் குறிப்பிடுகிறார்.

தனது தோல்வியை ஒப்புக் கொண்டதால் அவர் மகாத்மா, சாதாரண ஆத்மாவான நமக்கு இது எந்த அளவு சாத்தியம்? எனவேதான் குடும்ப நலத்திட்டம் என்ற மாற்று ஏற்பாடு!

தலைச்சன் பிள்ளைக்காரிக்குப் பிரசவ பயம் நீங்க ஒரு 'கவுன்சிலிங்' தேவை என்று அவர்கள் உணர்ந்து இருந்தார்கள். அவர்களின் அற்புதமான கவுன்சிலிங் பற்றி விரிவாகப் பார்ப்போம்.

வளைகாப்பு போடும்போதே அக்கம் பக்கத்தவர்களுக்கு அழைப்பு உண்டு. அப்போதே அவர்களில் யார் யார் வீட்டில் கர்ப்பிணிகள் இருக்கிறார்கள் என்ற 'சென்ஸசும்' எடுத்து விடுவார்கள்!

இது அடுத்தடுத்த தெருவுக்கும் பரவும். அடுத்து யாருக்கு எப்போது பிரசவம்? என்ற கணக்கெடுப்பு அதன்பின்தான்.... க்ளைமாக்ஸ்.

யார் வீட்டில் பிரசவம் என்றாலும் வலி கண்டவுடன் தலைச்சன் பிள்ளைக்காரி வீட்டுக்குத் தகவல் பறக்கும். நள்ளிரவு ஆனாலும் தகவல் உண்டு.

அவர்கள் வீட்டுப் பெரியவர்களுடன் தலைச்சன் பிள்ளைக்காரி ஆஜர் ஆவாள். இதன் மூலம் பிரசவம் பற்றிய நேரடி விளக்கம் கிடைக்கும். பயம் நீங்கும். மனதளவில் தலைச்சன் பிள்ளைக்காரி பயமின்றி பிரசவத்தை எதிர்கொள்ளத் தயாராகி விடுவாள். எப்பேர்ப்பட்ட உளவியல் தத்துவம்!

இந்த சம்பிரதாயத்திற்கு ஜாதி, மத, ஏழை, பணக்கார வித்தியாசம் கிடையாது. பரஸ்பரம் கர்ப்பிணிகள் என்ற தகுதி மட்டுமே தேவை. சண்டைக்காரர்களும் இதற்கு விலக்கு அல்ல!

அப்படி அழைக்காவிட்டால், அழைத்தாலும் போகாவிட்டால் என்ன என்பதே உங்கள் இடக்கு மடக்கான கேள்வி!

அதற்கும் ஒரு அருமையான பிட்டைப் போட்டு இருக்கிறார்கள். அதாவது நஞ்சுக்கொடி நறுக்கும் முன்னே தலைச்சன் குழந்தைக்காரியிடம் குழந்தையைக் காட்ட வேண்டும். அப்போதுதான் பிறந்த குழந்தையும், பிறக்கப் போகும் குழந்தையும் நலமாய் இருக்கும். எப்படி நம்மவர் வியூகம்?

பதினாறாம் காப்பு அன்று குழந்தையைக் குளிப்பாட்டு முன் ஒரு முறத்தில் நெல்லைத் தூவி அதன்மேல் வேப்பிலையைப் போட்டு ரெடியாக வைப்பார்கள். குளிப்பாட்டிய குழந்தையை அந்த முறத்தில் வெற்று உடம்புடன் போட்டு உருட்டுவார்கள்.

அப்போது குழந்தை நெளியும். அப்படி நெளியும்போது நெல் குத்தும். வலி தாங்காது கூடுதலாக நெளியும். நெல் குத்திய இடத்தில் வேப்பிலை சாரம் படியும். இதுவே 'ஆண்டிசெப்டிக்'காகச் செயல்பட்டு நோய் விரட்டியாக அமையும்.

அடுத்து, குழந்தை விடாது அழுதால் திருஷ்டி பட்டுவிட்டது என்று கூறி திருஷ்டியும் சுற்றுவார்கள்.

மூன்று அல்லது ஐந்து மிளகாய் வற்றல் மீது வெண்ணிற காட்டன் துணியைச் சுற்றி அதை நல்லெண்ணெயில் நனைத்துக் கொளுத்தி குழந்தையின் முகத்தின் எதிரே சிறிது நேரம் காட்டி பின் தலையைச் சுற்றி வாசலிலே எறிவார்கள். குழந்தையின் அழுகையும் நிற்கும்.

எதையாவது கண்டோ அல்லது கனவு கண்டோ குழந்தைக்குப் பயம் வந்து இருக்கும். அதைச் சொல்லத் தெரியாது. எனவே, பயத்தில் அழுகை.

சிவப்பு மிளகாயில் வெள்ளைத்துணி, வெளிச்சம்! இதனைக் கண்டதும் பழைய பய நினைவு மறைந்து இந்தப் புதிய நிகழ்வே மனதில் நிழலாடும். பய உணர்வு ஆழ்மனதில் இருந்து அகலும்.

மேலும், மிளகாயும், எண்ணெயும் சேர்ந்து எரியும்போது புகையும், ஒரு நெடியும் வெளிப்படும். அந்த புகையையும் நெடியையும் சுவாசிக்கும்போது சுவாசப் பிரச்சினை இருந்தால் சீரடையும். நெஞ்சில் கோழை, கபம் கட்டி இருந்தால் இருமல், தும்மல் மூலம் சரியாகும்.

அடுத்து உப்பு மிளகாய் சுற்றுவது.

உப்பிற்கு எதையும் ஆகர்ஷிக்கும் தன்மை உண்டு. எனவேதான் கடற்காற்று உடலுக்கு நல்லது என்கிறார்கள். மேலும் அமாவாசை, திவசம் போன்ற நாட்களில் கடலில் குளிப்பது விசேஷம் என்று வைத்தார்கள். இறைவனின் தீர்த்தவாரி திருவிழாவும் கடற்கரையிலேயே நடைபெறுகிறது.

உப்புக்கு உயிர்ப்பு சக்தி அதிகம். எனவே இந்த ஏற்பாடு. காந்தி அண்ணலின் உப்பு சத்தியாகிரகம் உலகையே உலுக்கியது என்பது நாம் அறிந்ததே. ஊறுகாய் – கருவாடு போன்றவை கெட்டுப்போகாமல் இருப்பது உப்பால். முள் குத்தி அதிக வலி ஏற்படும்போது உப்பை குத்து வாயில் வைத்து விளக்குத் திரியால் சுடுவார்கள். முள்ளின் விஷம் இறங்கி விடும். பல்வலிக்கு உப்பு கலந்த நீரில் வாய் கொப்பளிப்பது நல்ல நிவாரணம். அடிபட்ட இடத்தில் உப்பைத் துணியில் பொதித்து வெந்நீரில் நனைத்து ஒத்தடம் கொடுத்த ரத்தக்கட்டு கரைந்து வலி நீங்கும். இவையெல்லாம் உப்பின் மகிமை! அவ்வளவு ஏன்?

உங்க "டூத் பேஸ்டில்" உப்பு இருக்கா?

விளம்பரம் பார்க்க… இப்போதுதான் இவர்களுக்குத் தெரிகிறது!

சிறு குழந்தை இருக்கும் வீட்டில் மழைக்காலத்தில் கணப்புப் போடுவார்கள். வேப்ப மர விறகில் தீ மூட்டி அதில் வேப்பங்கொட்டையைத் தாள் அல்லது வேப்பிலை தூவுவார்கள். இதன் மூலம் காற்றில் ஈரப்பதம் குறைந்து மிதமான வெப்பம் பரவும்.

இது கொசு விரட்டியாகவும் சுற்றுச்சூழல் பாதுகாப்பு என டூ இன் ஒன்னாகச் செயல்பட்டது. செலவு இல்லாத இயற்கை ஹீட்டர்!

அத்தோடு குழந்தையின் இடுப்பில் புங்க மரத்துக் காயைக் கட்டி விடுவார்கள். இதன் மூலம் கக்குவான் இருமல் தடுக்கப்பட்டது. மேலும், இந்தக் காயில் ஊறிய நீர் குளிப்பாட்டும்போது மலஜல உறுப்புகளில் வழியும்போது அந்த உறுப்புகளில் தொற்று நோய் ஏற்படாது காத்தது.

சற்றே வளர்ந்ததும் கைவீசு அம்மா கைவீசு! தத்தாவகி கொட்டுதல் – ஒத்தை ஒத்தைக் காசு என எளிய பயிற்சிகளும் வழங்கினார்கள். இதன் மூலம் பேச்சுப் பயிற்சியும் கிடைத்தது.

குழந்தைக்கு வெள்ளிப் பாலாடை, கெண்டி – கிண்ணம் என்று பரிசாக வழங்குவார்கள். இதில் உண்ணும்போது வெள்ளிச்சத்து இயற்கையாகவே கிடைத்தது.

வசதி இல்லாதவர்கள் மண்ணில் செய்த பொருட்களை உபயோகித்தார்கள். இது பஞ்சபூதத்தில் ஒன்று. இதிலும் மருத்துவகுணம் உண்டு. பெரியவர்கள் குழந்தைகளுக்கு சின்னச்சின்ன நீதிக்கதைகள் கூறித் தூங்கச் செய்வார்கள்.

கைப்பிள்ளைக்காரி வாசனை பூ சூடக்கூடாது. அப்படிச் சூடினால் பேய் பிசாசு வரும் என்று ஒரு பயமுறுத்தல்.

அதீத வாசனை சில குழந்தைக்கு ஒவ்வாமை ஏற்படுத்தும். அத்துடன் இந்த வாசனை கணவனை ஈர்க்கும். இடைவெளிவிட்டு அடுத்த குழந்தை பிறக்க வேண்டும். அதற்காகவே இந்த பிட்டைப் போட்டு வைத்தனர் நம்மவர். இபபடி பார்த்துப் பார்த்து வளர்த்த பிள்ளைகள் பாரில் சிறந்தார்கள்!

ஆரோக்கியமான குழந்தை பிறக்க பெண்ணுக்கு ஆரோக்கியமான கருப்பை அவசியம் தேவை.

ஆனால், தற்போது பெண்கள் அதிகம் பாதிக்கப்படுவது கருப்பை நோய்களால். நீர்க்கட்டி – சதை வளர்ச்சி – புண் என்று பல்வேறு கோளாறுகள். அந்தக் காலத்தில் கருப்பை நோய் கண்டவர்களை விரல் விட்டு எண்ணி விடலாம்.

தற்போது கருப்பை நோய் இல்லாதவர்களை விரல்விட்டு எண்ணி விடலாம். இத்தனைக்கும் இன்றைக்கு அனைவருக்கும் ஆரோக்கியமான சானிடரி நாப்கின்கள், மகப்பேறு நிபுணர்கள் எனப் பல நவீன வசதிகள். பின் ஏன் இந்த அவலம்?

முற்காலத்தில் வீட்டு வேலைகளே பெண்களுக்கான உடற்பயிற்சிகளாக அமைந்தன. தற்போது நவீன உபகரணங்கள். எனவே, உடற்பயிற்சி செய்வதே வேலை என்று ஆயிற்று!

அம்மியிலும் ஆட்டுக்கல்லிலும் அரைக்கும்போது தோள்பட்டை, இடுப்பு போன்ற உறுப்புகளுக்கு நல்ல பயிற்சி ஆனது. விறகு அடுப்பில் உட்கார்ந்து எழுந்து சமையல் செய்வது நடைப்பயிற்சி ஆனது.

தற்போது குனிந்து நிமிர முடியவில்லை என்று கேஸ் அடுப்பு. எனவே, தசைகளுக்கு அசைவே இலலை. தசைப்பிடிப்பு, மூட்டுவலி என்ற அவஸ்தைகள்.

மேலும், அடுப்பை அடிக்கடி ஊதாங்குழல் மூலம் ஊதும்போது அதுவே மூச்சுப்பயிற்சி ஆனது. நுரையீரல் நன்கு செயல்பட்டது.

தற்போது நுரையீரல் கோளாறு உள்ள குழந்தைகளை அடிக்கடி பலூன் ஊதச் செய்யுங்கள் என்று அறிவுறுத்துகிறார்கள். நமக்குத் தேவையே இல்லை, அன்று மூச்சுப்பயிற்சி. இடுப்பில் குடம் சுமப்பதால் குழந்தையை சுமப்பது எளிதாயிற்று!

கருப்பை நோய் தடுப்பு முறையையும் அந்தக் காலத்தில் ஒரு சம்பிரதாயமாகவே ஆக்கி வைத்தார்கள். இந்த சம்பிரதாய சடங்குகளில் வளர் இளம் பெண்கள் முதல் வயது முதிர்ந்த விதவை வரை கலந்து கொள்ளலாம்.

இதில் விதவைக்கும் வாய்ப்புத் தந்தது அவர்களின் தொலைநோக்குப் பார்வையே! ஏனெனில் எந்த வயதிலும் யாருக்கும் கருப்பை நோய் வரக்கூடாது என்பதே நோக்கம்.

இந்த சடங்கில் மருந்தையே உணவாக்கும் பிரசாதமாகத் தந்தார்கள்.

இதில் கலந்துகொள்ள சில கண்டிஷன்கள் உண்டு. அந்தக் கண்டிஷன்களை அமுல்படுத்த அவர்கள் கையாண்ட வழியே அலாதி! எளிய முறையில் நிறைய விஞ்ஞான உண்மைகளை உள்ளடக்கிய சம்பிரதாயம் அது! தற்காலத்தில் அந்த சம்பிரதாயம் மறைந்து போய்விட்டது என்பதை வருத்தப்படக்கூடிய உண்மை.

இந்த சம்பிரதாயத்தை வெளியில் சொல்லக்கூடாது. வழிவழியாகக் கடைப்பிடிக்க மட்டுமே செய்ய வேண்டும் என்பது நியதி. இருந்தாலும் இந்த சம்பிரதாயம் பற்றி விரிவாகக் கூற இருக்கிறேன்.

அதற்கும் நமது முன்னோர்கள் காட்டிய நியதியே வழிவகுக்கிறது.

ஸ்ரீராமானுஜர் எனும் ஒரு பெரியவர் ‘ஓம் நமோநாராயணா’ என்ற நலம் தரும் மந்திரத்தை குருவின் மூலம் கற்றுக்கொண்டார். கற்றுக் கொடுத்த குரு ஒரு கண்டிஷன் போட்டார்.

இதை அடுத்தவருக்குத் தெரியப்படுத்தினால் உன் தலை சுக்கு நூறாக வெடித்துவிடும்! என்பதே அந்தக் கண்டிஷன்! உடனே அந்தப் பெரியவர் ஸ்ரீராமானுஜர் என்ன செய்தார் தெரியுமா?

உயரமான ஆலயக் கோபுரம்மீது ஏறி நின்று ஊர் மக்களைக் கூட்டி அந்த மந்திரத்தை உபதேசம் செய்தார்!

குரு கோபித்தார் என் கட்டளையை ஏன் மீறினாய்? என்று வினவ அதற்கு ஸ்ரீராமானுஜர் கூறிய பதில்...

பலருக்கு நன்மை விளைவிக்க எனது தலை வெடிப்பதை என் பாக்கியமாகக் கருதுகிறேன். குருவும் மகிழ்ந்து அவரை ஆசீர்வதித்தார். சீடனின் தலை வெடிக்கவில்லை!

அதையொட்டியே இந்த சம்பிரதாயத்தை விரிவாகக் கூறுகிறேன். செவ்வாய் பிள்ளையார் வழிபாடு என்பதே அந்த சம்பிரதாயம். ஆடி மற்றும் தை மாதம் செவ்வாய்க்கிழமையன்று நள்ளிரவில் இந்த வழிபாடு செய்வார்கள். இதற்காகவே ஒரு கதையும் உண்டு.

ஒரு ஊரில் ஒரு சலவைத் தொழிலாளி குடும்பம். ஏழு ஆண், ஒரு பெண், பெற்றோர் இல்லை. வறுமை வாட்டுகிறது.

அன்று ஔவையார் வந்து பிச்சை கேட்கிறார். ஏதும் இல்லை. பிச்சையிட கண்ணீர் மல்க முறையிடுகிறாள். ஔவையார் ஒரு நோன்பினை செய்யச் சொல்கிறார். இதைச் செய்தால் செல்வம் செழிக்கும் என்கிறார். அதன்படியே அந்தப் பெண்ணும் செய்ய செல்வம் செழிக்கிறது.

ஏழு அண்ணன்களுக்கும் திருமணம் ஆகிறது. அந்தப் பெண்ணும் மணமாகிக் கணவன் வீடு செல்கிறாள். போகும் முன் அண்ணிகளிடம் இந்த வழிபாடு பற்றிக் கூறி தொடர்ந்து செய்யும்படி அறிவுறுத்துகிறாள்.

ஆனால், அண்ணிகள் இதைச் செய்து சாப்பிடாமல் தூக்கி எறிகிறார்கள். அதை உண்டவன் பணக்காரன் ஆகிறான். இவர்கள் பழையபடி ஏழை ஆகிறார்கள். இது முதல் பாகம்.

அடுத்து இரண்டாம் பாகம்.

செய்தி அறிந்து தங்கை ஓடி வருகிறாள். நடந்த விஷயங்களை அறிந்து மீண்டும் வழிபாடு செய்கிறாள். அண்ணன்கள் இழந்த செல்வம் பெறுகின்றனர். அண்ணிகள் தவறை உணர்கின்றனர். தங்களை மாற்றிக் கொள்கிறார்கள் என்று இரண்டாம் பாகம் கூறுகிறது.

இனி மூன்றாம் பாகம்.

இந்த நோன்பை எப்படிச் செய்வது என்று விளக்குகிறது. அத்துடன் வீட்டில் பிறந்த பெண்களை அழைத்து இதைச் செய்தால் கூடுதல் பலன் என்றும், வளர் இளம் பெண்ணுக்கு இதைச் செய்து வழங்கினால் குடும்பம் செழிக்கும் என்றும் கூறுகிறது.

இந்த நோன்பின்போது ஆண்களுக்கு அனுமதி இல்லை. எனவே, ஆண்கள் இல்லாத ஒரு வீட்டைத் தேர்வு செய்வார்கள். அப்படியே அவர்கள் வீட்டில் வயதானவர் இருந்தால் அவரை அடுத்த வீட்டுத் திண்ணைக்கு அப்புறப்படுத்துவார்கள்.

நெல்லை உரலில் இட்டு குத்தி ஆளுக்கு ஒரு கப் அரிசியும், ஒரு தேங்காயும் கொடுக்க வேண்டும். புங்கன் இலையை நிறையப் பறித்து வந்து அன்று

மாலையே சுத்தம் செய்து வைக்க வேண்டும். கூடவே ஒரு புளியங் கிளையும். நோன்பு செய்யும் இடத்தை எருமைச் சாணத்தால் மெழுக வேண்டும். பசுஞ்சாணம் கூடாது.

இரவு எட்டு மணி அளவில் அனைவரும் ஒன்றுகூடுவார்கள். காலை முதலே குளித்து முழுகி அசைவம் இன்றி சாப்பிட வேண்டும். வரும்போதே இரவு டிபனை முடித்துவிட்டு வரவேண்டும்.

அடுத்து, அரிசியை ஊறவைத்து இடித்துச் சலித்து இளநீர் விட்டுப் பிசைந்து தேங்காய்த்துருவல் சேர்க்க வேண்டும். உப்பு கூடாது. அரிசி கழுவிய கழுநீரைப் பத்திரப்படுத்தி வைத்து இருப்பார்கள்.

அந்தக் கழுநீரில் கொஞ்சம் வைக்கோலைச் சுருட்டி மடித்து வைப்பார்கள். அவரவர் மாவை அவரவரே அடைபோல் வட்டமாகத் தட்ட வேண்டும். பாதி மாவில் மீதி மாவை சிறுசிறு உருண்டையாக உருட்டி அடைமீது வைக்க வேண்டும்.

ஒவ்வொரு உருண்டை வைக்கும்போதும் அதைக் கதையில் வரும் பாத்திரங்களாகப் பொருளாகக் கற்பனையில் மனக்கண்ணால் கண்டு அதாக அந்த உருண்டையை உருட்டி அடைமீது வைத்து அதை வைக்கோல்மீது வைத்து அடுப்பை மூட்டி எறியவிட வேண்டும்.

கழுநீர் கொழுக்கட்டைமீது பொங்கி வழிந்து நன்கு வெந்து விடும். அதற்குள் சுத்தம் செய்யப்பட்ட புங்கன் இலையை மெழுகிய தரைமீது வட்டமாக இடைவெளி இன்றிப் பரப்ப வேண்டும்.

வெந்த கொழுக்கட்டையை சுடச்சுட இந்த இலையின்மீது வைக்க வேண்டும். அனைத்து கொழுக்கட்டையும் வேக வைத்தபின் கதவை இறுகச் சார்த்திக்கொண்டு, சூடம் சாம்பிராணி தூபம் ஊதுவத்தி ஏற்றி இந்த நோன்பு உண்டான கதையை வயது முதிர்ந்தவர் கூற அனைவரும் பயபக்தியுடன் கேட்பார்கள்.

ஒரு டம்ளரில் தண்ணீர் நிரப்பி அதில் புளியன் கிளையால் தட்டி ஒலி எழுப்பியபடியே கதை சொல்வார்கள். அதாவது வில்லுப்பாட்டு பாணியில்.

மூன்று பாகம் கதையும் கூறி முடிக்க ஒரு மணி நேரம் ஆகும். அதன்பின் நிவேதனம் செய்து அவரவர் செய்த கொழுக்கட்டையை அவரவர்க்கு வழங்குவார்கள். அதை இரு கரம் ஏந்தி வாங்கி முற்றத்திற்கு வந்து தங்களுக்கு எல்லா நலனும் அளிக்குமாறு பிரபஞ்சத்திடம் முறையிட்டு பின்னரே சாப்பிடுவார்கள். ‘ஸ்டாம்ப்’ மாதிரி ஒட்டி இருக்கும் இலையைப் பிரித்துவிட்டு சாப்பிட வேண்டும். இதற்குள் மணி இரண்டு ஆகி இருக்கும்.

உப்பு சேர்க்காத கொழுக்கட்டை உப்பின் சுவையோடு அமிர்தமாக இருக்கும். அரட்டை அடித்தபடியே சுவைத்து மகிழ்வார்கள். ஒரு குட்டித் தூக்கம் போட்டு விடியற்காலை அவரவர் வீடு திரும்புவார்கள்.

ஆண்களுக்கு இது அறவே கூடாது. எனவே, அவர்களுக்குத் தனியே வெல்லக் கொழுக்கட்டை செய்து தருவார்கள். ஆண்களுக்கு இது ஒவ்வாமையை ஏற்படுத்தும். எனவே, ஆண் குழந்தைகள்கூட இதைச் சாப்பிடக் கூடாது.

மீறி சாப்பிட்டால் கைகால் செயலற்றுவிடும் என்ற அறிவுரை. அதாவது நரம்புத் தளர்ச்சி ஏற்படும்.

அத்துடன் இந்த கொழுக்கட்டை சாப்பிடும்போது தாம்பத்திய உறவு கூடாது. எனவே, ஆண்கள் அப்புறப்படுத்தப்பட்டார்கள்.

மாவு இடிக்கும் சப்தம்கூட அவர்கள் கேட்கக்கூடாது என்று ஒரு பிட்டைப் போட்டு வைத்தார்கள்.

இனி இதில் மறைந்து இருக்கும் விஞ்ஞான உண்மைகள் பற்றி சற்றே அலசுவோம்.

இதற்கு ஆடி–தை மாதம் தேர்வு செய்தது ஏன்? உத்தராயணம் தட்சிணாயனம் என்று சூரியன் தனது பாதையை மாற்றுவது இந்த மாறுதல்களில்தான். இதற்கும் கருப்பை நோய்களுக்கும் என்ன காரணம்? நிறையவே இருக்குங்க!

பொதுவாக கருப்பை நோய்களுக்கு மூலகாரணமே உஷ்ணம்தான். செவ்வாய் என்பது உஷ்ணமான கிரகம். சூரியன் வெப்பம் மிகுந்த கோள். எனவே, சூரியன் தனது அயனப்பாதையை மாற்றும் இந்த மாதத்தில் செவ்வாய்க்கிழமையில் இந்த நோன்பு.

எனவேதான் செவ்வாய் தோஷம் உள்ளவர்கள் அந்த தோஷம் உள்ளவர்களையே மணக்க வேண்டும் என்று ஜோதிடம் கூறுகிறது. எனவே, செவ்வாய்க்கிழமை தேர்வு.

அத்துடன் இதைச் சாப்பிடும்போது வயிறு காலியாக இருக்க வேண்டும். எனவேதான், வழிபாடு நள்ளிரவுக்குமேல் வைத்தார்கள். அதாவது எட்டு மணிக்கு எளிய உணவை உண்டுவிட்டே ஒன்றுகூடுவார்கள்.

பொதுவாக நாம் உண்ணும் உணவு ஜீரணமாக நான்கு மணி நேரம் ஆகும். எனவே, உண்ட உணவு 12 மணிக்குள் ஜீரணமாகி வயிறு காலியாக இருக்கும்.

அத்துடன் இந்த மருந்தை உப்பில்லாமல் சாப்பிட வேண்டும்.

இது எப்படி முடியும்? அதற்கும் ஒரு வழி கண்டார்கள் நம்மவர்கள்! அதாவது உப்பு போடாமலேயே உப்பின் சுவையை பக்குவமாகச் சேர்த்தார்கள். சர்க்கரைக்குப் பதிலாக 'சாக்கரீன்' சேர்ப்பதுபோல் இதை சூட்சுமமாகச் சேர்த்தார்கள்.

வைக்கோலில் சிறிது உப்பின் சுவை உண்டு. எனவே, வைக்கோல்மீது கொழுக்கட்டையை வைத்து வேகவைத்தார்கள். இது தூய்மையான வைக்கோலாக இருக்க வேண்டும். அதற்கு வழி?

அந்த நாளில் விவசாயம் சார்ந்த வாழ்வே நடைமுறை. எனவே, நெல் முற்றியதும் ஒரு நல்ல நாளில் 'புதிர்' கொண்டு வருவது என்பது ஒரு சம்பிரதாயம். இரண்டு கை நெற்பயிரை அறுத்து பண்ணையாள் எஜமான் வீட்டில் சேர்ப்பார்கள்.

நிலம் குத்தகைக்கு விட்டாலும் இந்த மரபை குத்தகைதாரர் செய்ய வேண்டும். கொண்டு வரும் பணியாளுக்கு வெற்றிலை பாக்கு தட்சணை எல்லாம் உண்டு.

அந்தப் புதிய நெல்லை சாமியிடம் வைத்துப் பூஜித்து சிறிது கதிரை சாணியில் பொதிந்து நிலைப்படி மீது ஒத்தி வைப்பார்கள்.

மீதி நெல்லை உலர்த்தி, கைகளால் கசக்கி பத்திரப்படுத்துவார்கள். அந்த வைக்கோலையும் பானையில் பத்திரப்படுத்துவார்கள். அந்த வைக்கோலில்தான் கொழுக்கட்டை வேகவைக்க வேண்டும் என்பது மரபு.

அதாவது மாடு, மனிதர் கால் படாத சுத்தமான வைக்கோல். மழையில் நனையாத புதிய வைக்கோல். அதில் உப்பின் சுவை அதிகம். எனவே, இந்த ஏற்பாடு.

அந்த நெல்லை உரலில் இட்டு குத்தி அந்த அரிசிதான் பயன்படுத்த வேண்டும். அதாவது கைக்குத்தல் அரிசி. இந்த காரியங்களைச் சம்மந்தப்பட்டவர்களே செய்ய வேண்டும். வேலையாள் கூடாது. இது நல்ல உடற்பயிற்சிக்காக.

புளிய இலையில் உஷ்ணம் அதிகம். எனவேதான் வீடுகளில் புளிய மரம் வைக்கக்கூடாது. வைத்தால் பேய், பிசாசு அடையும் என்று பிட்டைப் போடுவார்கள்.

வேப்ப மரத்தை விடவும் புங்கன் மரத்திற்கு காற்றில் உள்ள மாசை அகற்றும் திறன் அதிகம் என்று இன்று அறிவியல் கூறுகிறது.

எனவே, நேர் எதிர் விளைவு தரும் இரண்டு இலைகளும் சேரும்பேது ஒரு புதிய ஆற்றல் கிடைக்கும். அதை அப்படியே உள்வாங்கவே கதவை சாத்திக்கொள்ள கதை சொல்வது!

அத்துடன் சாம்பிராணி, சூடம், ஊதுவத்தி, மலர்கள் கூடிய மணம் ஒரு புத்துணர்ச்சியைத் தரும்.

பசுஞ்சாணம் சற்று உஷ்ணமானது. எனவே, எருமைச் சாணமெழுக்கு. அன்று மண் தரை. எனவே, மண்ணில் புங்கன் தழையைப் பரப்பும்போது அதிக புவி ஈர்ப்பும் சேரும்.

அது ஏன் ஒரு மணி நேரம் கதை? அப்போதுதான் கடைசியாகச் சுட்ட கொழுக்கட்டையும் சூடு தணிந்து இலையின் தாக்கம் கொழுக்கட்டையில் ஏறும். இலை நன்கு வெந்து விடும். அதற்காகவே கதை.

அதை ஏன் முற்றத்தில் சென்று வழிபட வேண்டும்.

இந்த பிரபஞ்சத்தின் ஆற்றலை ஈர்க்கவே இந்த ஏற்பாடு. அந்த சக்தியை இரு கை ஏந்தி கொழுக்கட்டையில் ஈர்த்துப் பின் உண்ண வேண்டும் என்பது மரபாயிற்று.

கொழுக்கட்டையை அவரவரே செய்ய வேண்டும். அவர்கள் எதிர்பார்ப்புகளை ஒவ்வொரு உருண்டை செய்யும்போது நினைக்க வேண்டும் என்ற கண்டிஷன் ஏன்?

நமது அபிலாஷைகளை நிறைவேற்றும் ஆற்றல் நமது ஆழ்மனதுக்கு உண்டு. ஆழ்மனதுக்கு உணர்வுபூர்வமாக படக்காட்சியாக செய்தி கூறவே இந்த ஏற்பாடு.

இந்த கொழுக்கட்டையைச் செய்யத் தெரியாதவர்களுக்குச் செய்து தருவர். வளரிளம் பெண்கள், வயதுக்கு வந்த பெண்களுக்குச் செய்து தருவது கூடுதல் நன்மை பயக்கும் என்று சொல்லி வைத்தார்கள்.

அந்த நாளிலேயே வளரிளம் பெண் நலம் பேணும் நடைமுறை நம்மிடையே இருந்து வந்தது. இது இன்று இல்லை. எனவே, அரசே இதைச் செய்கிறது.

பொதுவாகப் பண்டிகைகளில் விதவைகள் கலந்து கொள்வது கிடையாது. ஆனால், இந்தப் பண்டிகையில் விதவைகளுக்கும் முக்கியத்துவம் உண்டு.

சாப்பிடத் தெரிந்த பெண் குழந்தையிலிருந்து சாகும் வயது பாட்டி உட்பட இதில் கலந்துகொள்ள வேண்டும். எந்த வயதிலும் கருப்பை நோயிலிருந்து காக்கவே இந்த ஏற்பாடு!

அறிமுகப்படுத்திய ஔவையாரே ஒரு விதவை என்ற ‘பிட்டையும்’ இதற்காகவே போட்டு வைத்தனர். இவர் ஆத்திசூடி தந்த ஔவையார் அல்லர்; வேறு ஒருவர்.

இப்படி பல்வேறு ‘பிட்’களைப் போட்டுப் போட்டு கருப்பை நோயிலிருந்து காபந்து செய்தனர். இன்று இது இல்லை.

நமது பாரம்பரிய மருத்துவத்தில் பெண்களுக்கான மருந்தில் முக்கிய இடம் பிடிப்பது புங்கன்வேர், பட்டை, இலை. இவை அனைத்தும் மருத்துவ குணம் நிரம்பியது.

புங்கன் நெய் ஆறாத ரணத்தை ஆற்றும் வல்லமை கொண்டது. எனவே, இந்தப் புங்கன் இலை மருத்துவம் நோன்பு ஆக பின்பற்றப்பட்டது.

தற்போது மீண்டும் புங்கன் மரம் நடும் அலை ஆரம்பித்து இருக்கிறது. மரத்தை நட்ட நாமேதான் தண்ணீர் ஊற்றி பராமரிக்க வேண்டும்.

இது அல்லாமல் இன்னும் நிறைய இலை மருத்துவம் உண்டு.

இலை வடகம் என்று ஒன்று தயாரிப்பார்கள். புழுங்கல் அரிசியை ஊற வைத்துப் பட்டுப்பட்டாக அரைத்து முதல் நாளே வைக்க வேண்டும். மறுநாள் அதில் உப்பு சீரகம் சேர்த்துக் கரைத்து இலையை அதில் முக்கி நிழலில் உலர்த்த வேண்டும்.

சிறிது உலர்ந்ததும் கொதிக்கும் நீரில் அதை முக்கி வேகவைத்து வெயிலில் உலர்த்திப் பதமாக உரிக்க வேண்டும். கண்ணாடி மாதிரி இலை ஷேப்பில் வடகம் ரெடி!

இதைத் தணலில் சுட்டு பிள்ளை பெற்றவளுக்குப் பத்திய உணவுக்கு சைடு டிஷ்ஷாகத் தருவார்கள். கட்டாயம் இது சாப்பாட்டில் உண்டு.

இதை அனைவருமே உண்ணலாம். இதனைக் கோடையில் செய்து ஸ்டாக் வைத்துக் கொள்வது வழக்கம். பூவரசன் இலை, பட்டை அனைத்துமே நம் உடலில் உள்ள துர் நீரை அகற்றும் ஆற்றல் கொண்டது. அப்படியே இலையைச் சாப்பிட முடியாது என்பதால் இந்த ஏற்பாடு.

குறிப்பாக பிரசவித்த பெண்களுக்கு உடலில் நீர்க்கட்டு அதிகம் இருக்கும். அதனை வெளியேற்றும் ஆற்றல் பூவரசன் இலைக்கு உண்டு. எனவே, இந்த ஏற்பாடு கட்டாயமாக்கப்பட்டது.

பச்சை மஞ்சளையும் பூவரசன் பட்டையையும் அரைத்துப் பூசி வர சிரங்கு, தோல் அரிப்பு, படை போன்றவை அகலும்.

வடகம் செய்யத் தெரியாதவர்கள் மோதகத்தை பூவரசன் இலையில் செய்து இலையோடு வேகவைத்து உரித்து சாப்பிடுவார்கள். இதுவும் மருத்துவமே!

இப்படி உணவையே மருந்தாக உண்டு வந்ததால் அதிகம் நோய் நொடி தாக்காது என்பது நமது மூதாதையர் கண்டுபிடிப்பு.

பண்டிகை, விரதம் போன்ற நாட்களில் வாழை இலையில் படையல் வைத்துப் பின்னர் உண்ண வேண்டும் என்பது மரபு. அதுவும் படையல் செய்த உணவை வீட்டில் உள்ளவர்களே சாப்பிட வேண்டும். வேறு யாருக்கும் கொடுக்கக்கூடாது. அப்படிக் கொடுத்தால் லட்சுமி நமது வீட்டை விட்டுப் போய்விடுவாள் என்று ஒரு பயங்கரமான 'பிட்'. இது ஏன்?

வாழை இலை சிறுநீர் பெருக்கி. 'கிட்னி'யில் ஏற்படும் கல் – அடைப்பு – தொற்று போன்ற உபாதைகளை நீக்கும் குணம் இதற்கும் உண்டு.

வாழை இலையை அப்படியே சாப்பிட முடியாது. உண்ணவும் கூடாது. அதில் இருக்கும் மருத்துவகுணத்தை மட்டுமே தனியே பிரித்து உண்ண வேண்டும்! இதற்கு என்ன வழி?

சூடான உணவை வாழை இலையில் வைத்துப் படையல் செய்யும்போது அதன் சாரம் உணவில் இறங்கிவிடும். அதை உண்பவர்களுக்குக் கிட்னி

உபாதைகள் தவிர்க்கப்படும். எனவேதான் படையல் செய்த உணவைக் குடும்பத்தினரே உண்ண வேண்டும் என்ற உன்னதமான கண்டிஷன்!

சிறுநீரகக் கோளாறுகள் உள்ளவர்கள் தொடர்ந்து வாழை இலையில் சாப்பிட்டு வந்தால் கோளாறுகள் மட்டுப்படும். சாப்பிட வேண்டிய உணவை சூடாக வாழையிலையில் பொதித்து வைத்துப் பிறகு சாப்பிடலாம். படையல் இல்லாமலேயே! பலன் உண்டு.

அன்னப் பறவை பாலையும், நீரையும் பிரித்து உண்ணும் என்று கூறுவார்கள். அன்னத்திற்கும் (சாதம்) மருந்தைப் பிரித்து எடுக்கும் ஆற்றல் உண்டு.

இது இதிகாச காலத்திலேயே அறியப்பட்ட உண்மை.

காலவர் என்று ஒரு முனிவர் இருந்தார். இவர் முக்காலமும் அறிந்த ஞானி. ஒருநாள் இவரை ஒரு சந்நியாசி சந்திக்கிறார். "முக்காலமும் உணர்ந்தவரே! உனக்குப் பிற்காலத்தில் 'தொழுநோய்' வரப்போவது தெரியுமா?" என்று கேட்கிறார். உடனே தனது எதிர்காலத்தை ஞானதிருஷ்டியில் பார்க்கிறார். சந்நியாசி கூறியது உண்மையே என்று உணர்கிறார். வந்தவர் காலபைரவர் என்று அறிகிறார்.

உடனே பிரம்மாவை நோக்கித் தவம் செய்கிறார். பிரம்மன் காட்சிதர தனது வியாதி தீரும் வழிகாட்டுகிறார். இது என் பணி அல்ல. நவகோள்களே அவரவர் நல்வினை தீவினைக்கு ஏற்ப வரம் அளிப்பவர்கள். எனவே, நீ அவர்களை நோக்கித் தவம் செய். அவர்கள் அருளைப் பெறுக! என்கிறார்.

உடனே நவகோள்களை நோக்கித் தவம் செய்ய, கோள்களும் காட்சி தருகின்றனர். உனது தவத்தை ஏற்று தொழுநோய் உன்னை அண்டாமல் இருக்க வரம் தந்தோம் என்று அருள்கின்றனர்.

நவகோள்களுக்கு விதிக்கப்பட்டதை மாற்றும் அதிகாரம் கிடையாது. எனவே, வரம்பு மீறி வரம் தந்ததற்கு அவர்களும் தொழுநோயால் பீடிக்கப்பட வேண்டும் என்று காலபைரவர் சபிக்கிறார்.

அச்சம் அடைந்த நவகோள்கள் அவர் தாள் பணிந்து இதிலிருந்து விடுபட என்ன பரிகாரம்? என்று கேட்டனர் பவ்யமாக!

'திருமங்கலக்குடி' ஈசனை வழிபட்டு தினமும் எருக்கன் இலையில் தயிர் அன்னம் வைத்து நிவேதனம் செய்து அதனை உண்டுவர நாளடைவில் நோய் மறையும் என்கிறார்.

அது ஏன் எருக்கன் இலையில் படையல்? என்று கோள்கள் கேட்க, கால பைரவர் அதன் சூட்சுமத்தை விளக்குகிறார். எருக்கன் இலைக்குத் தொழுநோயைத் தீர்க்கும் ஆற்றல் உண்டு. ஆனால், ஒரு அணுப் பிரமாணம் மட்டுமே இந்த மருந்தை உட்கொள்ள வேண்டும்.

ஓர் எருக்கன் இலை தயிர் அன்னம் ஒரு அணுப் பிரமாணம் மருத்துவக் குணத்தைப் பிரித்து எடுக்கும் ஆற்றல் கொண்டது. எனவே, இந்த வழிபாடு என்று விளக்குகிறார்.

அதன்படி வழிபட்டு தங்கள் நோயிலிருந்து விடுபட்டன கோள்கள்! அந்த இடமே சூரியனார்கோயில் என்று இன்று அழைக்கப்படுகிறது.

எருக்கு அதீத மருத்துவ குணம் கொண்டது. எருக்கன் இலையைப் பழுப்பை சூடு செய்த செங்கல்லின்மீது பரத்தி அதன்மேல் ஏறி நின்று பொறுக்கும் சூட்டில் மிதிக்க குதிகால் வலி மற்றும் மருந்துக்குக் கட்டுப்படாத வலிகள் அனைத்தும் சரியாகும்.

ஏனெனில் நமது உள்ளங்கால், உள்ளங்கைகளில் உடல் உறுப்புகள் அனைத்துக்கும் தொடர்பு உண்டு. எனவே, உள்ளங்கால் வழியே சூடு பரவும்போது நிவாரணம் கிடைக்கிறது.

''அக்யூபிரஷர்'' மருத்துவத்தில் உள்ளங்கால், உள்ளங்கைகளை அழுத்திப் பார்த்தே வியாதி இன்னதென்று கண்டுபிடித்துவிடுவார்கள். இது ஒரு நல்ல மருத்துவம்.

மேலும் எருக்கன் பழுப்பை உலர்த்தி வறுத்துப் பொடித்து அத்துடன் வறுத்துப் பொடித்த உப்பையும் சேர்த்துப் பல் துலக்கி வர பல் – வாய் ஈறு பிரச்சினைகள் தீரும்.

கிராமங்களில் தொடர்ந்து முறை சுரம் வந்தால் பயந்த குணம் என்று முடிகயிறு போடுவார்கள். உச்சி வேளை, மாலை வேளை, நள்ளிரவு ஆகிய நேரங்களில் விட்டுவிட்டு சுரம் வரும். இதற்குப் பித்த வாத சுரம் என்று பெயர். இதுவும் ஒருவகை 'டைபாயிட்' சுரமே.

நமது உடலில் பித்தமும், வாதமும் அதிகரிக்கும்போது இந்த நிலை. இது இரண்டு அல்லது மூன்று வாரம் நீடிக்கும் ஆளை உருக்குலைத்துவிடும்.

மருத்துவத்தில் குணமாகவில்லை. பின்னர் முடிகயிறு போட்ட பின்னரே குணமானது என்று கூறுவது வழக்கம்.

இந்த முடிகயிறு என்பது வெள்ளெருக்கு நாரில் 108 முடிச்சிட்டு முறைப்படி பிரார்த்தனை செய்து மணிக்கட்டில் கட்டப்படுவது.

வெள்ளெருக்கு நாரும் மருத்துவ குணம் மிக்கது. எனவே, அந்த நாரில் போட்ட முடிச்சுகள் மணிக்கட்டை அழுத்தும்போது நமது வாத பித்த நாடிகள் சமன் செய்யப்பட்டு நிவாரணம் கிட்டுகிறது. அதோடு பிரார்த்தனையும் இணையும்போது துரித நிவாரணம் கிடைக்கிறது.

அத்தோடு வேப்பிலைப் பார்வை என்று ஒரு பரிகாரம். கை நிறைய வேப்பிலையுடன் ஒருவித 'ரிதத்'துடன் அதை உச்சி முதல் நெஞ்சு வரை

விசிறுவார்கள். அந்தக் காற்று சுவாசத்துடன் இணைந்து நுரையீரலை சுத்தப்படுத்துகிறது. மூச்சுத்திணறல் மட்டுப்படுகிறது. அத்துடன் ஏற்கனவே எடுத்துக்கொண்ட மருந்துகள் இவை அனைத்தும் ஒருங்கிணைந்து செயல்பட்டு வியாதியைப் போக்குகிறது.

அதென்ன 108 முடிச்சுகள்?

12 ராசிகளையும் 9 கோள்களையும் பெருக்கினால் வரும் எண் 108. எனவே, எங்கும் எதிலும் 108 ஆதிக்கம்.

108 சதிர் தேங்காய், 108 கொழுக்கட்டை, 108 எலுமிச்சம்பழ மாலை. அவ்வளவு ஏன் அர்ச்சனை மந்திரம்கூட 108 போற்றி.

ஜபமாலையில் உருத்திராட்ச மாலையில் 108 எண்ணிக்கை. நடுவில் நாயகமணி என்னும் டாலர். இது எண்ணிக்கை தவறாமல் இருக்க.

இந்த ஜபமாலை உருட்டலின்போது நமது இலக்குகளையும் சேர்த்தே நகர்த்த வேண்டும். அதுதான் சூட்சுமம். அப்படி உருட்டும்போது அது நமது ஆழ்மனதில் பதிவாகி இந்த பிரபஞ்சத்துடன் தொடர்பு கொள்கிறது. அதன் மூலம் நமது கோரிக்கைகள் நிறைவேறுகின்றன. இதுவே பிரார்த்தனையில் உள்ள சூட்சுமம்!

ஜபமாலை இல்லாமல் 108 முடிச்சுகள் உள்ள கயிற்றை உணர்வுபூர்வமாக உருட்டினாலும் பலன் கிட்டும்.

இதைத்தான் எதுவாக நினைக்கிறாயோ அதுவாக நீ ஆகிறாய் என்று கண்ணன் கீதையில் சொன்னான்.

பாவித்தால்போதுமேபரமனைஎய்தவே!என்றுபாரதியும்அறிவுறுத்தினான்.

முதலில் நம்பிக்கை. அத்துடன் தொடர் முயற்சி. அத்துடன் நமது கோரிக்கைகள் நடைமுறைக்கு ஒத்ததாகவும் இருக்க வேண்டும். பிறர் நலன் கெடுக்காததாகவும் இருக்க வேண்டும்.

இதை அழகாக விளக்குகிறார் டாக்டர் எம்.எஸ். உதயமூர்த்தி அவர்கள். உதாரணமாக, காலை இழந்தவன் வலிமையான, இலகுவான செயற்கைக் கால் வேண்டும் என்றே பிரார்த்திக்க வேண்டும். அதை விடுத்து பல்லிக்கு புதிய வால் முளைப்பதுபோல் எனக்குப் புதிய கால் முளைக்க வேண்டும் என்பது தவறு.

அத்தோடு தன்னலத்திற்காக அடுத்தவர் கெட்டுப்போக வேண்டும் என்று நினைக்கக்கூடாது.

நாம் வேண்டுவது எப்படி பலிக்கும் என்ற அவநம்பிக்கை கூடாது. நமது ஆழ்மனதுக்கு கட்டளைக்குக் கீழ்படிதல் மட்டுமே சாத்தியம். ஏன்? எதற்கு? என்று கேள்வி கேட்கத் தெரியாது.

எனவே, நமது ஆழ்மனதில் படக்காட்சியாகப் பதிவாகும் நமது கோரிக்கைகள் எப்படியோ? யார் மூலமாகவோ நிறைவேற்றிவைப்பது இந்த பிரபஞ்சமே!

நமது உடலில் பஞ்ச பூதங்கள் உள்ளன. பிரபஞ்சமும் பஞ்ச பூதங்களால் ஆனதே. எனவே, இரண்டுக்கும் கெமிஸ்ட்ரி ஒர்க் அவுட் ஆகி பலன் கிட்டுகிறது.

அடுத்து பஞ்ச பூதங்களும் நிரம்பிய பொருள் கருங்கல். எனவேதான் கருவறை தெய்வத்தைக் கருங்கல்லில் வடித்தார்கள். அத்துடன் நமது நீத்தார் நினைவுக் கடனிலும் ‘கல் நிறுத்துதல்’ என்று ஒரு சடங்கு வைத்தது இதனால்தான். அதைப் பின்னால் விரிவாகப் பார்ப்போம்.

அத்தோடு மருதாணி இட்டுக் கொள்ளுதலும் ஒரு மருத்துவ முறையே! ஆண் – பெண் இருபாலரும் உள்ளங்கால், உள்ளங்கைகளில் மருதாணி இட்டுக் கொள்வது வழக்கம். தற்போது கோன் இட்டுக்கொள்கிறார்கள். இதில் கலர் மட்டுமே கிடைக்கும். மருத்துவப் பலன் கிட்டாது.

முன்கூறியபடி உள்ளங்கால், உள்ளங்கையில் முடியும் நரம்புகளில் மருதாணி ஊடுருவி சூட்டைத் தணித்துக் குளிர்ச்சியைத் தருகிறது. அதாவது சூடான இன்ஜினில் தண்ணீர் ஊற்றி சமன் செய்வது போல்! இந்த இலையை எண்ணெயில் காய்ச்சித் தலைக்குத் தேய்க்க முடி செழித்து வளரும். பொடுகு அரிப்பு குறையும் – இளநரை மாறும்.

இந்த மருதாணி இலையைத் தலையணை மாதிரி உபயோகித்தால் மூளை சம்பந்தமான வியாதிகள் மட்டுப்படும். “மைண்ட் டிப்ரஷன்’ மூளைச்சோர்வு – படபடப்பு, பிதற்றல் போன்ற வியாதிகள் மட்டுப்படும்.

மாதம் ஒருமுறை மருதாணி இட்டுக் கொண்டால் அனைத்து வியாதிகளும் மட்டுப்படும். முக்கியமாகப் பித்தம், சர்க்கரை நோயால் ஏற்படும் பாத எரிச்சல் நீங்கும்.

ஆலயங்களிலேயே இந்த இலை மருத்துவம் ஆரம்பம்! மயானத்தில் சுடலைப்பொடி பூசி ருத்ர தாண்டவம் ஆடும் சூரியனுக்கு அதிபதியான சிவனுக்குக் குளிர்ச்சியான வில்வம்!

பாற்கடலில் பள்ளிகொண்ட விஷ்ணுவிற்கு குளிர்ச்சியை நீக்கும் துளசி.

அனைத்து அலர்ஜிகளையும் நீக்கும் அருகம்புல் விநாயகருக்கு. சரும நோய் நிவாரணியான வேம்பு சக்திக்கு!

இப்படி ஆலய வழிபாட்டிலேயே இலைகளின் முக்கியத்துவம் உணர்த்தப்பட்டது.

எனவேதான் ஒவ்வொரு ஆலயத்திற்கும் ‘தலவிருட்சம்’ என்ற ஒரு மருத்துவ குணம் மிக்க மரத்தையும் வழிபட்டார்கள்.

ஏன் என்று அன்று இளையவர்களும் கேட்கவில்லை. எதற்கு என்று பெரியவர்களும் விளக்கவில்லை. விளக்கம் தெரியாததால் அனைத்தையும் மூடநம்பிக்கைகள் என்று விலக்கி வைத்தோம். அதன் விளைவு!

ஆரோக்கியமும் நம்மை விலக்கி வைத்தது. மாற்றம் ஒன்றேதான் மாறாதது. எனவே, புதிய மாற்றம் வரும்! ஏமாற்றம் விலகும்.

வெற்றிலை பாக்கு! இது நமது பூஜைகளிலும் விசேஷங்களிலும் பண்டிகைகளிலும் முக்கியத்துவம் பெறும்.

வெற்றி + இலை என்பது வெற்றிலை ஆனது. அது வெற்று + இலை என்று வாதிடுவதும் உண்டு.

இதய வடிவில் இருக்கும் இது இதயத்துக்கு இதமளிக்கும். இது ஜீரண சக்தியைத் தூண்டி உற்சாகத்தைத் தரும். புகையிலை கூடாது. முன்னர் வெற்றிலையுடன் கிராம்பு – காசுகட்டி – கத்தகாம்பு – ஏலக்காய் – ஜாதிபத்திரி எனப் பலவகை வாசனைப் பொருட்களுடன் வெற்றிலை போட்டார்கள்.

இவை அனைத்தும் மருத்துவ குணம் நிரம்பியது. பல்லுக்கு உறுதி தரக்கூடியது. அத்துடன் வெற்றிலையுடன் சேரும் சுண்ணாம்பு நமக்குக் 'கால்ஷியம்' சக்தியை அளிக்கிறது. தற்போது ஊசி, மரத்திரை வழியே நமக்குக் கால்ஷியம் சேருகிறது காஸ்ட்லியாக.

பிள்ளை பெற்றவர் கட்டாயம் வெற்றிலை போட வேண்டும் என்பது சம்பிரதாயம். வழக்கம் இல்லாதவர்களுக்கும் இது கட்டாயம். இது குழந்தைக்குத் தாய்ப்பால் வழியே சளி, ஜீரணக்கோளாறு போன்ற உபாதைகளுக்கு நிவாரணம் தரும்.

அத்தோடு பிரசவத்தின்போது ஏற்படும் 'கால்ஷியம்' இழப்பை ஈடு செய்யும். எனவே, இந்த கண்டிஷன்.

அர்ச்சனை செய்த வெற்றிலையை நாமே உபயோகிக்க வேண்டும். வேறு யாருக்கும் கொடுத்தால் பலன் அவர்களுக்குப் போய்விடும் என்று ஒரு பயமுறுத்தல்!

வில்வத்தைக் கஷாயம் செய்து சாப்பிட்டால் உடல்சூடு தணியும். உஷ்ணத்தால் ஏற்படும் வயிற்று வலி குணமாகும். குறிப்பாகக் கர்ப்பிணிகளுக்கு அடிக்கடி ஏற்படும் வயிற்று வலி நீங்கும்.

துளசியை வேகவைத்து சாறு எடுத்து அதில் தேன் கலந்து அருந்த மார்புச் சளி நீங்கும்.

வேப்பிலையை நீரில் போட்டுக் குளித்துவர சருமநோய் தீரும். இப்படி வழிபாட்டின் மூலமாகவும் மூலிகைகளை அறிமுகப்படுத்தினர் நமது முன்னோர்.

இதைத்தான் யாவர்க்கும் ஆம் ஒரு பச்சிலை என்று மறைமுகமாகத் திருமூலர் குறிப்பிட்டாரோ?

அடுத்து மாவிலை. திருவிழா, திருமணம், பண்டிகை நாட்களில் ''மாவிலை தோரணம்'' கட்டுவது மரபு. பண்டிகை நாட்களில் நிலைப்பிடியில் கட்டுவார்கள். அடுத்த பண்டிகையின்போது பழசை நீக்கிப் புதுசு கட்டுவார்கள்.

இது ஏன்?

இதனால் சுற்றுச்சூழல் மாசு தடுக்கப்படுகிறது. எனவே, பலபேர் கூடும் விழாக்களில் இதற்கு முக்கியத்துவம். மாவிலைகளாக எவ்வளவு நாட்கள் ஆனாலும் அழுகிப்போகாது. அப்படியே பதப்படுத்தப்படாமலேயே பதப்படுத்தியதுபோல் ஆகிவிடும் ஆற்றல் மாவிலைக்கு உண்டு.

எனவேதான் ஹோமம் போன்ற நிகழ்வுகளில் மாவிலையால் நெய் வார்ப்பது! கடம் வைத்துப் பூஜிக்கும்போது மாவிலை உச்சியில் வைப்பது என்று வழக்கமாயிற்று.

பூஜை முடிந்ததும் பஞ்சகௌவியம் வழங்கப் பயன்படுவதும் மாவிலையே. வீடு முழுவதும் புனித நீர் கோமியம் தெளிக்கப் பயன்படுவதும் மாவிலையே!

இப்படிப் பயன்படுத்துவதால் எல்லா நிகழ்வுகளுக்கும் ஆற்றல் கூடுகிறது.

இதன் பழம் முக்கனியில் மூத்த கனியாகப் போற்றப்படுகிறது. முருகனுக்குக் கோபம் வந்ததும் காரைக்கால் அம்மையாரின் கணவனுக்குக் கோபம் வந்ததும் இந்தக் கனியால்தான்!

தமிழ் வருடப்பிறப்பு அன்று வேப்பம்பூ சேர்த்த மாங்காயில் பச்சடி வாழ்வின் தத்துவத்தை உணர்த்தவே. இனிப்பும், புளிப்பும், கசப்பும் சேர்ந்ததே வாழ்க்கை என்று அறிவுறுத்தவே!

ஆனால், இன்று அதையெல்லாம் மறந்து 'பிளாஸ்டிக்' தோரணம் கட்டுகிறோம். இது அழகூட்ட மட்டுமே. ஆரோக்கியம் ஊட்டாது. இதை உணர்ந்து பழைய சம்பிரதாயங்களுக்கு மாறுவோம். சந்தோஷம் நம் கையில்! இதில் சந்தேகமே இல்லை!

8.
மரணத்திலும் ஒளிந்திருக்கும் உண்மைகள்

பிறப்பில் மட்டுமல்ல இறப்பிலும் பல அர்த்தமுள்ள சம்பிரதாயங்கள்.

உயிர் பிரியும் தருவாயில் ஆற்று மணலைப் பரப்பி அதன்மேல் தர்ப்பையைப் பரப்பி அதில் உடலைக் கிடத்துவார்கள். இது ஏன்?

உயிர் பிரிந்தபின் உடலில் இருக்கும் பேன் போன்ற ஜீவராசிகள் மற்றும் நோய்க்கிருமிகள் அனைத்தும் உடலைவிட்டு நீங்கிவிடும். இது மற்றவர்களின்மீது ஒட்டிக்கொள்ளாமல் இருக்கவே இந்த ஏற்பாடு. இதன்மூலம் தொற்றுகள் தடுக்கப்பட்டன.

மயானத்திற்குச் சடலம் எடுத்துச் செல்லப்பட்டதும் பின்பக்கத்திலிருந்து வீட்டை அலம்பி முன்பக்கம் வரவேண்டும் என்று ஒரு சம்பிரதாயம். இல்லாவிட்டால் ஆத்மா வீட்டை விட்டுப் போகாது. அல்லது பேயாக அலையும் என்று அதற்கு விளக்கம்!

பின்பக்கமிருந்து முன்பக்கம் வரை சுத்தம் செய்தால் கிருமிகள், தொற்றுகள் அனைத்தும் அப்புறப்படுத்தப்படும். எனவே இந்த ஏற்பாடு.

மயானத்திற்குச் சென்று வந்தபின் பிள்ளைகள், பேரன்கள் என நெருங்கிய உறவினர்கள் வீட்டில் நுழையும் முன்னே வாசலில் எடுத்து வைத்து இருக்கும் வேப்பிலைச் சாற்றை அருந்தி பின் கால் கழுவி உள்ளே செல்ல வேண்டும்.

கசப்பான மரணத்தை விழுங்கி மீள வேண்டும் என்று இந்த ஏற்பாடு என்று சொல்வார்கள். உண்மையில் இது தொற்றுநோய் தடுப்பு ஏற்பாடே!

வேப்பிலை கிருமி நாசினி. நெருக்கமானவர்கள் சடலத்தை அதிகம் தொட வேண்டிய நிலை. அவர்களுக்கு இறந்தவரிடம் இருந்து எந்தவிதத் தொற்று நோயும் ஏற்படாமல் தடுக்கவே இந்த சம்பிரதாயம்.

அடுத்து எட்டாம் நாள் மிளகுப்பால் தேய்த்துக் குளிப்பது என்று ஒரு சடங்கு. மிளகை அரைத்துப் பசும்பாலில் குழப்பி சூடுசெய்து அதை இறந்தவருக்குப்

படைத்து நெருங்கிய இரத்த சம்பந்தம் உடையவர் அனைவரும் தேய்த்து முழுக வேண்டும்.

அப்போதுதான் இறந்தவர் ஆத்மா சாந்தி அடையும் என்று கூறுவார்கள்.

நெருங்கிய உறவுகளுக்கு சோகம் அதிகம். துக்கம் காரணமாகத் தூக்கமின்மை, பசியின்மை, மன உளைச்சல் எனப் பலவித மன உளைச்சல் எனப் பலவித மன அழுத்தங்கள், இதைச் சரிசெய்யவே இந்தக் குளியல்.

மிளகு அலர்ஜி நிவாரணி. அது பசும்பாலுடன் சேரும்போது அதிக ஆற்றல் பெறுகிறது. எனவே, அதைத் தேய்த்துக் குளிக்க, மூளை சமநிலை அடைந்து சோகங்களில் இருந்து சீக்கிரம் மீளும். பசி, தூக்கம் என நார்மல் நிலை ஏற்படவே இந்த ஏற்பாடுகள்.

பத்தாம் நாள் கல் நிறுத்துதல் என்று ஒரு சடங்கு. இதை எரியூட்டிய அன்றே செய்து 10 நாட்களும் சிறப்புப் பூஜைகள் செய்வதும் உண்டு. முடியாதவர்கள் 10 நாள் இதைச் செய்வார்கள்.

நமது உடல் மட்டுமே அழியும். ஆத்மா அழிவதில்லை என்பது நமது கோட்பாடு. அப்படி உடல் அழிந்த பின் அருவமாகி நிற்கும் ஆத்மாவைக் கல்லில் நிலைநிறுத்துதலே கல் நிறுத்தல்.

நமது உடலும், இந்த பிரபஞ்சமும் பஞ்ச பூதங்களால் ஆனவை. அந்த பஞ்ச பூதங்களும் அடங்கிய பொருள் கருங்கல். எனவே, இந்த ஆத்மாவை பிரபஞ்சத்தின் உதவியோடு கல்லில் நிலைப்படுத்தி அதற்குப் படையல் வழிபாடு அனைத்தும் செய்து பின்னர் அந்தக் கல்லை நீரில் இட்டு இறை ஜோதியுடன் கலக்கச் செய்யும் சடங்கே இது.

பஞ்சபூதம் இருப்பதால்தான் கருவறைக் கடவுளைக் கல்லில் வடித்தார்கள். பிரபஞ்சத்தில் உள்ள பஞ்சபூதங்களும், கல்லில் உள்ள பஞ்ச பூதங்களும் இணையும்போது கூடுதல் ஆற்றல் கிடைக்கிறது. மேலும், அபிஷேகம் இடைவிடாது ஒலிக்கும் மந்திரங்கள் குறிப்பிட்ட நிற வஸ்திரம், குறிப்பிட்ட நிவேதனங்கள் மூலம் அந்த ஆற்றல் அபரிமிதமாகப் பரிமளிக்கிறது.

பிரபஞ்சத்தின் ஆற்றல் கலசத்தின் வழியே ஈர்க்கப்பட்டுக் கருவறையை அடைகிறது. அது சன்னதியில் வழிபடும் மக்களைச் சென்றடைகின்றது. அவர்களின் உடல் உள்ளம் இரண்டையும் ஊடுருவுகின்றது. வேண்டியது வேண்டியபடியே நடக்கின்றது.

கருவறை ஆற்றலை அப்படியே வெளிக்கொணர்வது நந்தி அருகே அமைந்திருக்கும் கொடிமரமும் பிரபஞ்ச ஆற்றலைக் கிரகித்து நந்தி மூலம் கருவறைக்கு அனுப்ப, இந்த அதிர்வலைகள் பன்மடங்கு ஆற்றல் பெறுகின்றன. பக்தர்களின் கோரிக்கைகள் நிறைவேறுகின்றன.

நந்தி பகவான் ஒரு 'ரிமோட்' ஆகச் செயல்படுகிறார். எனவேதான் நந்திக்குக் குறுக்கே போகக்கூடாது என்ற சம்பிரதாயம். டி.வி.யை ரிமோட்டில் இயக்கும்போது தடை ஏற்பட்டால் செயல்படுவதில்லை என்பதை நினைவில் கொள்ளவும். ஒவ்வொரு அபிஷேகமும் வெவ்வேறு அதிர்வுகளை உண்டு பண்ணுகின்றன என்று தற்போதைய ஆய்வுகள் கூறுகின்றன.

அதுபோல் பத்தாம் நாள் நிறுத்தப்படும் கல்லுக்கும் பல்வேறு அபிஷேக ஆராதனைகள், பல்வேறு படையல்கள் "பாவித்தால் போதுமே பரமனடி எய்தவே!" என்ற பாரதியின் வரிகள் கூறுவதும் இதுவே!

அருவத்தால் நேரடியாக உணவை உண்ண முடியாது. எனவே, கிரியை செய்பவர் எள்ளை வேஷ்டியின் நுனியில் முடிந்து அதை நீரில் நனைத்து அந்த நீரை கல்லுக்குப் புகட்டுவார்கள்.

நாம் உயிர்வாழத் தேவையான அனைத்து சத்துப் பொருட்களும் நிரம்பிய ஒரே தானியம் எள் மட்டுமே! எனவே, எள்ளும் நீரும் இறைப்பது, திதி போன்ற நீத்தார் சடங்குகளில் எள்ளுக்கு முக்கியப் பங்கு உண்டு. எனவேதான் ஏழைக்குத் தகுந்த எள்ளுருண்டை என்ற பழமொழி!

இந்த சடங்குகள் செய்யும்போது தர்ப்பையால் செய்த மோதிரத்தை விரலில் அணிந்து கொள்வது வழக்கம். அதற்குப் 'பவித்ரம்' என்று பெயர். அதாவது புனிதமானது என்று பொருள். அப்படி என்ன புனிதம் தர்ப்பையில்?

பிரபஞ்ச ஆற்றலை இழுக்கும் ஆற்றல் தர்ப்பைக்கு உண்டு. மின் இணைப்புக்கு ஒயர் எப்படியோ அப்படி இந்த தர்ப்பை!

இது கடத்தியாகச் செயல்பட்டு வெளியே நிற்கும் ஆத்மாவைக் கல்லில் கொணர்ந்து நிறுத்துகிறது.

எனவேதான் ஆலயத்தில் கொடியேற்றும்போது தர்ப்பையால் திரித்த கயிற்றை உபயோகப்படுத்துகிறார்கள். குடமுழுக்கின்போது கலசத்திற்கும், கருவறைக்கும் ஒரு தர்ப்பை இணைப்பு உண்டு.

அதாவது மின் இணைப்புக்கு 'ஒயர்' பயன்படுத்துவதுபோல் பிரபஞ்ச இணைப்புக்கு தர்ப்பை.

கிரகணத்தின்போது உணவுப்பொருட்களில் தர்ப்பையை இட்டு கிரகணம் விலகியதும் அதை எடுத்துவிடுவார்கள். இது ஏன்? கிரணத்தின்போது வெளியாகும் நச்சுத்தன்மையை தர்ப்பை இழுத்து சுத்திகரிக்கவே இந்த ஏற்பாடு. இதையெல்லாம் அன்றே நம்மவர்கள் உணர்ந்து இருக்கிறார்கள்.

சனி கிரக ஸ்தலமான திருநள்ளாற்றில் தலவிருக்ஷமே தர்ப்பைதான். இறைவன் பெயர் தர்ப்பாரண்ய ஈஸ்வரர்.

ஜோதிடர்கள் ஆயுள்காரகனாக சனியைக் கூறுவார்கள். சனிக்கு உரிய தானியம் எள். கிரகங்களின் நிறத்தை ஒத்த அதற்கான வஸ்திரம், தானியம் நிர்ணயிக்கப்படுகிறது.

சனியின் நிறம் கருப்பு. எனவே, கருப்பு வஸ்திரம், கருப்பு நிற எள். இது உடலுக்கு வலுவூட்டும் ஆற்றல் மிக்க தானியம். எனவேதான் துக்க வீடுகளில் எள் உருண்டை கட்டாயம் ஆக்கப்பட்டது. துக்கத்தால் நலிந்து மெலிந்துபோன உறவுகளை மீட்டு எடுக்கவே இந்த ஏற்பாடு.

ஜாதக ரீதியாக சனிதிசை, ஏழரைச் சனி போன்ற நேரங்களில் ஆரோக்கியக் குறைவு ஏற்படும். அதை ஈடுகட்டவே சனிக்கிழமை விரதம் இருந்து எள்ளும்பொடி சாதம் படையல் செய்து காக்கைக்கு வைத்து சாப்பிட வேண்டும் என்பது நியதி. திருநள்ளாறுக்கும், சனிக்கிரகத்திற்கும் ஏதோ ஒரு தொடர்பு இருப்பதை அன்றே நமது மெய்ஞ்ஞானிகள் உணர்ந்து சனித்தலம் என்று தேர்வு செய்து சனிப்பெயர்ச்சி அன்று சிறப்பு வழிபாடு என்றும் நிர்ணயம் செய்தார்கள்.

அமெரிக்க விண்வெளி மையமான 'நாஸா' அனுப்பிய ஒரு கோள் ஒரு இடத்தில் மூன்று நொடிகள் 'ஆட்டோமாடிக்காக' தனது செயல்திறனை இழந்து பிறகு மீண்டும் செயல்பட ஆரம்பித்தது.

முதலில் இது தற்செயல் என்று நினைத்தவர்கள் இது தொடர்கதையாக ஆனதும் தனது ஆய்வைத் தொடர்ந்தது. எது எந்த இடத்தைக் கடக்கும்போது இது நிகழ்கிறது? என்ற கோணத்தில் ஆய்வு தொடர, அது ஆசியாவில், அதிலும் இந்தியாவில் என்று புரியவர மீண்டும் துல்லியமாக ஆய்வு செய்ய இந்தியாவில் தமிழ்நாட்டில் உள்ள திருநள்ளாற்றில் குறிப்பாக நளன் குளத்துக்கு மேல்புறம் வரும்போது இந்த சிக்னல் தடை என்று கண்டுபிடிக்க நாசா விஞ்ஞானிகள் திருநள்ளாற்றில் 'கேம்ப்'.

பிறகு நமது ஜோதிடம், தல வரலாறு எல்லாம் கேட்டுத் தெளிந்து பிரமித்துப் போய் இருக்கிறார்கள். இன்றைய 'நாஸா' ஆய்வை அன்றே நமது மெய்ஞ்ஞானிகள் கண்டு அறிந்து இருக்கிறார்கள்.

சனிப்பெயர்ச்சியின்போது முதல் விசிட்டர்கள் 'நாஸா' விஞ்ஞானிகளே! இது இன்றும் தொடர்கிறது.

பேரளம் அருகே 'திலதர்ப்பணபுரி' என்று ஒரு தலம். திலம் என்றால் எள் என்று பொருள். இராமன் வனவாசத்தில் இருக்கும்போது தசரதன் இறந்ததைக் கேள்விப்பட்டு இத்தலத்தில் தந்தைக்கு ஈமக்கடன் செய்து வழிபட்டதாக வரலாறு. எனவே, இராமாயண காலம் தொட்டே எள் – தர்ப்பை போன்றவற்றை நன்கு அறிந்து இருந்தனர் நம்மவர்.

இப்படி பிறப்பில் இருந்து இறப்பு வரை 'அர்த்தமுள்ள சம்பிரதாயங்களைக் கடைப்பிடித்து மேன்மை பெற்றனர் நம்மவர்!

ஏழையாய் இருந்தாலும் எள் உருண்டை சாப்பிட்டு அதிக ஊட்டச்சத்தைப் பெறலாம். ஏழைக்கு நெய் வேண்டாம். அதற்குப் பதில் எள் எண்ணெய். அதுவே நல்லெண்ணெய் என்ற பட்டத்துடன். ஏழையின் ஆப்பிள் என்றழைக்கப்படும் நெல்லிக்காய் ஒரு ஆப்பிளுக்கும் இணையான அனைத்து சத்துக்களும் நிரம்பியது. எனவேதான் நெல்லிக்கனியை ஔவைக்கு ஈந்து தமிழுக்கும் தமிழ்ப் பாடலுக்கும் தனது கடமையைச் செய்தான் அதியமான்.

மார்கழி மாதம் ஏகாதசி விரதம் முடித்து மறுநாள் 'பாரணை' என்ற விரதம் செய்யும்போது சமையலில் கட்டாயம் நெல்லிக்காய் இடம்பெற வேண்டும் என்பது நமது சம்பிரதாயம்.

முதல்நாள் பட்டினியால் ஏற்பட்ட சத்துக்களின் இழப்பை ஈடுகட்டவே இந்த ஏற்பாடு. அத்துடன் பட்டினி இருந்த குடல் உஷ்ணம் காணும். எனவே இந்த 'அகத்தீயை'த் தணிக்க 'அகத்தீ' கீரை சமையல் என்ற சம்பிரதாயம். அப்போதுதான் பெருமாள் அருள்புரிவார் என்ற 'பிட்'.

இப்படி சம்பிரதாயம் என்ற போர்வையில் பல்வேறு விஞ்ஞான உண்மைகளை நமக்கு ஊட்டியவர்கள் நம் முன்னோர்கள்!

அதையெல்லாம் மறந்ததன் விளைவே இன்றைய பதட்ட நிலை. இது மாறி மீண்டும் பண்பட்ட நிலையை அடைவோம்!

அர்த்தமுள்ள சம்பிரதாயங்களைப் பொருளுணர்ந்து கடைபிடித்து முன்னேறுவோம்!

பாகம் - 2

9.
அர்த்தமுள்ள சம்பிரதாயங்கள்

உலகில் உள்ள எல்லா மதங்களும் இறைவனை வழிபட இசையையே தேர்ந்தெடுத்து இருக்கிறார்கள். ஒலிக்கு ஆற்றல் அதிகம். எனவே, இறைவனுக்கும் தங்களுக்கும் ஒரு இணைப்புப் பாலமாக இசையைத் தேர்வு செய்தனர். அந்த ஒலியின் அதிர்வு இறைவனைச் சென்றடையும்போது நமது பிரார்த்தனைகள் சீக்கிரமே பலிக்கின்றன.

நாம் ஆலய வழிபாட்டில் மட்டுமல்லாது, ஆண்டவன் வழிபாடு, திருமணம், ஹோமங்கள், மணிவிழா, புதுமனை புகுவிழா போன்ற விழாக்களிலும் 'திருமுறைக்கு' முதலிடம் தருகிறோம்.

இந்தத் திருமுறைகளை ஓதியே அனைத்தையும் தொடங்குகிறோம். இது நீத்தார் கடன்களிலும் உண்டு.

பொதுவாக சொல்லுக்கு ஓர் ஆற்றல் உண்டு. அதுவே நம்மைக் கவசமாகக் காக்கிறது. உதாரணமாக கந்த சஷ்டிக் கவசம், விநாயகர் கவசம் போன்ற பாடல்கள்.

இதில் ஒவ்வொரு உறுப்பையும் அந்த தெய்வம் காக்கும் என்ற வாசகம் வரும். அடுத்து ஒவ்வொரு வியாதியிலிருந்தும் அந்தந்த தெய்வம் காக்கும் என்ற வரிகளும் உண்டு. இதைத் திரும்பத் திரும்பக் கேட்கும்போது அப்படியே காக்கப்படுவோம் என்ற நம்பிக்கை நமது ஆழ்மனதில் பதிகிறது.

எதாகநினைக்கிறோமோஅதாகவேஆகிறோம்!என்றகோட்பாட்டின்படியே இது நிகழ்கிறது.

எனவேதான் 'திராவிட வேதம்' என்று சிறப்பிக்கப்படும் திருமுறைகளை ஓதும்போதும், ஓதுவதைக் கேட்கும்போதும், படிக்கும்போதும் அந்தந்த ஊர் தெய்வங்கள் அந்த இடர்களைக் களையும் என்ற நம்பிக்கை பிறக்கிறது.

திருமணத்தடை, குழந்தைப்பேறு, கடன் நிவர்த்தி, வீடு கட்டுதல், வியாதி நிவாரணம் எனப் பற்பல கோரிக்கைகளுக்கும் பற்பல பாடல்கள்; அவற்றை அதற்குரிய இராகத்தில் பாடும்போது பலன் கிட்டுகிறது.

காஞ்சி மாமுனிவர் அவர்கள் கூறுவார்கள். நமது குரல்வளையும் ஓர் இசைக்கருவியே. அதிலிருந்து புறப்படும் ஒலியே நமது குரல். எனவே, நமது தொண்டை ஒரு மாமிச இசைக்கருவி என்பார்கள்.

அதாவது தோற்கருவி, துளைக்கருவி, நரம்புக்கருவி என்பதுபோல் இது மாமிச இசைக்கருவி.

நமக்குத் தொண்டை அமைந்து இருப்பது உணவை விழுங்க மட்டுமல்ல; நமது 'இசைத்தொண்டை' ஆற்றுவதற்கும்தான்!

இந்த இசைக்கருவியின் மூலம் சப்த ஸ்வரங்களை மட்டுமே இசைக்க வேண்டும். அதாவது நல்ல வார்த்தைகள். அது அல்லாது அபஸ்வர ஒலிகளான கடுஞ்சொல் கூடாது.

இசைக்கருவிகளை மீட்ட பயிற்சி தேவை. அதுபோல் நமது குரலை மீட்டவும் பயிற்சி தேவை. நமது குரலை இசைவாக இசைவிக்க வழிமுறை தேவை. அந்த வழிமுறையே திருமுறை ஓதுவது!

திரு என்பது இறைவனைக் குறிக்கும். முறை என்றால் நூல் என்று பொருள். இறைவனைப் பற்றிய நூல் என்று ஒரு பொருள்.

முறை என்றால் நெறி – வழி என்றும் பொருள். எனவே, திருமுறை என்றால் செம்மையான நெறி சிறந்த வழி என்றும் ஒரு பொருள் உண்டு.

இறைவனைப் பற்றிய இந்த நூல் இறைவனை எப்படிப் பற்றுவது? என்றும், உலகப் பற்றுகளில் இருந்து விடுபடுவது எப்படி? என்பது பற்றியும் விளக்கும் நூல்.

நம்மை நல்வழிப்படுத்தவே இந்தப் பாடல்களை இசையுடன் பாடப்பட்டது.

இது தே + ஆரம் = தேவாரம் என்றும் அழைக்கப்பட்டது. இறைவனுக்குச் சூட்டிய பாமாலை என்று பொருள். இதை முறைப்படிப் பாடக் கற்றவர்கள் 'தேசிகர்' என்று அழைக்கப்பட்டார்கள். மேலும், இவர்கள் பண் + ஆரம் செய்பவர்கள். அதாவது பாடலை மாலையாகச் சூட்டுபவர்கள் என்ற பொருளில் பண் ஆரத்தார் என்றும் அழைக்கப்பட்டார்கள்.

இது மருவி பண்டாரம் என்று திரிந்தது. அத்துடன் நூல்களைப் பராமரிக்கும் பணி அக்காலத்தில் ஆலயத்திலேயே நடைபெற்றது. நூலகத்திற்குப் பண்டாரகம் என்றும் ஒரு பெயர் உண்டு. பண் + ஆரம் சூட்டியவர்களே நூலகத்தையும் கவனித்து வந்தார்கள். எனவே, இவர்களுக்கு பண்டாரகர் என்ற பெயர், தொழில் நிமித்தமாகவே வழங்கப்பட்டது.

குருகுல வாசம் மூலம் இவர்கள் திருமுறை ஓதக் கற்றுக் கொடுத்ததால் குருக்கள் என்றும் ஒரு பெயர். பாமாலையுடன், பூமாலையும் இவர்களது

கைங்கர்யம். சிதம்பரத்தில் இவர்கள் வாழ்ந்த தெருவிற்கு மாலைகட்டித் தெரு என்றே பெயர்.

இப்படிப் பல்வேறு பெயர்களால் இவர்கள் அழைக்கப்பட்டாலும் அடிப்படையில் இவர்கள் வேளாளர்களே. அதாவது விவசாயத் தொழில் புரிந்தவர்கள்.

சோழநாட்டிலேயே பிறந்து வளர்ந்தவர்கள். சோழிய வேளாளர்கள் என்று அழைக்கப்பட்டனர். கிருஷ்ணதேவராயர் காலத்தே புலம் பெயர்ந்த வேளாளர்கள் 'துருவ' வேளாளர் என்று அழைக்கப்பட்டனர்.

வறட்சி மிகுந்த வானம் பார்த்த பூமியான இராமநாதபுரம், மதுரை மாவட்ட வேளாளர்கள் 'கார்காத்த' வேளாளர்கள் என்று அழைக்கப்பட்டனர். கார்காத்தார் என்றால் மழையை எதிர்பார்த்து விவசாயம் செய்தவர்கள் என்று பொருள்.

இவர்களில் சிலர் வியாபாரத்தில் ஈடுபட்டனர். முதலீடு செய்தமையால் முதலியார் என்று அழைக்கப்பட்டனர். அதிலும் சிலர் கைத்தறி வியாபாரம், நெசவு வேலைகளில் ஈடுபட்டதால் கைக்கோள முதலியார் என்று அழைக்கப்பட்டனர்.

தொழில் நிமித்தமாகவே வேறுவேறு பெயர்கள். ஆனால், அடிப்படையில் விவசாயிகளே. இவர்களில் ஆரம்பத்தில் சாதி வேற்றுமை இல்லை! பின்னரே சாதி புகுந்தது.

அத்தோடு சைவம், அசைவம் என்று இரு பிரிவுகள். ஆனாலும் இவர்கள் இறைபணியில் தங்களை ஈடுபடுத்திக் கொண்டவர்கள், அத்துடன் திருமுறைகளுடன் இரண்டறக் கலந்தவர்கள்.

இவர்களுடைய ஈடுபாட்டாலேயே இங்கு திருமுறை அனைவராலும் ஓதி உணரப்படுகிறது. வேதங்களுக்கு இணையாக.

ஓதுவது ஒழியேல், ஓதாமல் ஒருநாளும் இருக்க வேண்டாம் என்பது மரபு. அதாவது ஓதுவது என்பது படிப்பு; படிப்பிப்பது, கற்பது, கற்றுக்கொடுப்பது. வேதம் ஓதுவது என்பதே வழக்கு.

அதாவது அந்த நாளில் எழுதிப் படிக்கும் வழக்கம் இல்லை. வாய்வழி கேட்டே பயின்றார்கள், அதாவும் இசையுடன். அவர்கள் வேத விற்பன்னர்கள் என்று அழைக்கப்பட்டனர்.

இராஜராஜன் காலத்தில் வடமொழிக்கே முக்கியத்துவம் தரப்பட்டது. ஆலயத்திலும், ஆட்சியிலும் வடமொழிக்கே முன்னுரிமை. எனவே, ஆலயத்தை ஒட்டி அக்கிரஹாரம் என்ற வீதி அமைக்கப்பட்டு அவர்கள் தங்க வைக்கப்பட்டனர். ஆலயத்திலும் வேதகோஷம் முழங்கியது.

அக்கிரஹாரம் என்றால் அந்தணர் வசிக்கும் வீடுகளின் ஆரம் (மாலை) அதாவது தொகுப்பு.

இராஜராஜனுடைய பெரிய தாயார் செம்பியன் மாதேவியார் அவர்களின் முயற்சியால் தேவாரப் பாடல்கள் சேகரிக்கப்பட்டன. நம்பியாண்டார் நம்பி அவர்கள் இந்தப் பணியை முன்னின்று செய்தார். வடமொழியில் வேதங்களைத் தொகுத்தவர் வேத வியாசர் என்று அழைக்கப்பட்டார். அதுபோல் 'தமிழ் வியாசர்' என்ற சிறப்புப் பெயர் பெற்றவர் நம்பியாண்டார் நம்பி அவர்கள்.

இந்தத் திருமுறைகள் தில்லையில் திருமூலரின் சமாதியில் பெறப்பட்டது என்றும், பெற்றுக்கொண்டவன் இராஜராஜன் என்று கூறுவார்கள். கரையான் அரித்தது போக மீதியே கிடைத்தது. தேவையானவற்றைத் தந்தோம் என்று அசரீரி அருளியதாகச் செவிவழிச் செய்தி!

தேவாரம் தோன்றிய காலம்.

கி.பி. 5ஆம் 6ஆம் நூற்றாண்டுகளில் களப்பிரர்களின் ஆட்சி நடந்தது. இது தமிழகத்தின் இருண்ட காலம் என்று வரலாற்று ஆசிரியர்களால் வர்ணிக்கப்படுகிறது.

இவர்களின் ஆட்சியை முடிவுக்குக் கொண்டு வந்து மீண்டும் வெளிச்சத்தை ஏற்படுத்தியவர்கள் பல்லவ மன்னர்கள். இவர்களில் முக்கியமானவன் மகேந்திரவர்மன். இவன் சமண சமயத்தைச் சார்ந்தவன். கி.பி. 6ஆம் நூற்றாண்டு இறுதியும், 7ஆம் நூற்றாண்டு ஆரம்பமும் இவனது ஆட்சிக் காலம்.

இவன் காலத்தில்தான் அப்பரும் சம்மந்தரும் வாழ்ந்தனர். இவர்களுக்குப் பின்னே வந்தவர் சுந்தரர்.

மணிவாசகர் காலம் சரிவரத் தெரியவில்லை. திருவாசகத்திற்கு உருகாதவர் ஒரு வாசகத்திற்கும் உருகார் என்பது இவரது பாடலுக்குச் சான்று. மகேந்திரவர்மனின் படைத்தளபதி பரஞ்சோதி. இவரே பிற்காலத்தில் சிறுத்தொண்ட நாயனார் ஆனவர்.

இவர்களுக்கு முன்னரே காரைக்கால் அம்மையார் பல பதிகங்கள் பாடியிருக்கிறார். அதற்கு மூத்த பதிகங்கள் என்றே பெயர். எட்டாம் நூற்றாண்டில் வாழ்ந்த சுந்தரர் தனது திருத்தொண்டர் தொகையில் 63 நாயன்மார்களைப் பற்றிப் பாடியிருக்கிறார்.

அவரை அடியொற்றி 'நம்பியாண்டார் நம்பி' அவர்கள் திருத்தொண்டர் திருவந்தாதி என்ற வழி நூலை இயற்றினார். அதன்பின் கி.பி. 12ஆம் நூற்றாண்டில் சேக்கிழார் 'பெரிய புராணம்' என்ற நூலை விரிவாகப் பாடினார்.

இராஜராஜன் காலத்தே தேவாரப் பாடல்கள் தில்லையில் திருமூலர் வழியே கண்டறியப்பட்டது. இவன் காலத்தில் இருந்துதான் ஆலயங்களில் 63 அடியார்களுக்கும் சிலை எடுக்கப்பட்டது. அவர்களின் குருபூஜை நடைபெற்றது. இருந்தாலும் திருமுறைப் பாடல்களுக்குச் சிறப்பிடம் கிட்டவில்லை. காரணம், ஆலயங்களில் வடமொழி ஆதிக்கமே மேலோங்கி இருந்தது. பாடல்கள் தெரிந்த

அளவுக்குப் பாடியவர்களின் வரலாறு தெரியவில்லை. எனவே, பாடல்களின் முக்கியத்துவம் அறியப்படவில்லை.

காரணங்கள் பற்பல ஆட்சி மாற்றங்கள், அந்நியர் படையெடுப்புகள் போன்ற காரணங்கள். ஆலயங்கள் நலிவுற ஆரம்பித்தன. அத்துடன் மதக்கலவரங்கள், மதமாற்றங்கள் எனப் பல இடையூறுகள்.

பன்னிரெண்டாம் நூற்றாண்டுவரை வடமொழியே அரசோச்சி வந்தது. அதன்பின்னர் தஞ்சை சோழர்கள் ஆட்சி முடிவுக்கு வந்து, வேங்கி நாட்டு இராஜராஜனின் பெண் வழிவந்த அரசர்கள் ஆண்டனர். இவர்களில் முக்கியமானவன் குலோத்துங்கன்.

இவனது ஆட்சி சீரும் சிறப்புமாக அமைந்தது. கோவில்கள் புதுப்பிக்கப்பட்டன. பல புதிய கோவில்கள் கட்டப்பட்டன. திருபுவனம் ஆலயம், சூரியனார்கோவில் ஆலயம் இரண்டும் முக்கியம் வாய்ந்தது.

சிதம்பரத்திலும் பல பணிகள் செய்து இருக்கிறான். இவனது அவையில் புகழேந்தி, ஒட்டக்கூத்தர், கம்பர், ஜெயங்கொண்டார் எனப் பெரும் புலவர்கள் இருந்தனர்.

கலிங்கத்துப் பரணி, குலோத்துங்கன் உலா இவனைப் பற்றிய நூல்கள். கம்பர், வால்மீகி இராமாயணத்தைத் தமிழுக்குத் தந்தார் கம்ப இராமாயணம் என்ற பெயரில்.

இத்தனை நூல்கள் அரங்கேறியும் மன்னனுக்கு ஒரு மாளாத ஆசை. முழுக்க முழுக்க ஒரு தமிழ்நூல். அதுவும் தமிழ் நூல் தன் ஆட்சிக் காலத்தில் அரங்கேற வேண்டும் என்பதே அந்த ஆசை!

இவனைத் தலைவனாகக் கொண்டு அமரர் 'ஜெகசிற்பியன்' அவர்கள் 'ஆனந்தவிகடனில்' 'திருச்சிற்றம்பலம்' என்று ஒரு சரித்திரத் தொடர்கதை எழுதினார். அதில் இவனைப் பற்றியும், இவன் ஆட்சி பற்றியும், அந்நாளில் நிலவிய மதக்கோட்பாடுகள் பற்றியும் அருமையாக விளக்கி இருக்கிறார். இதில் பெரிய புராணம் அரங்கேற்றம் பற்றியும் எழுதியிருக்கிறார்.

இவனுடைய அமைச்சர் அருண்மொழித்தேவர், உத்தமசோழ பல்லவன் என்ற சிறப்புப் பெற்றவர். ஆனாலும், அனைவராலும் சேக்கிழார் என்றே அழைக்கப்பட்டார்.

கிழார் என்றால் விவசாயத் தொழில் செய்பவர். பெருநிலக்கிழார் என்று கூறுவதுபோல் சேக்கிழார் சிறந்த விவசாயி.

இவரைப் பற்றி கோவி. மணிசேகரன் அவர்கள் தனது 'மாண்புமிகு முதலமைச்சர்' என்ற நாவலில் விரிவாகக் குறிப்பிட்டு இருக்கிறார். இந்த சரித்திர நாவலுக்குத் தமிழக அரசின் விருது கிடைத்திருக்கிறது.

திருநாகேஸ்வரம் இறைவன்மீது மாளாத பக்தி கொண்டவர். அதன் காரணமாகவே தனது சொந்த ஊரான குன்றத்தூரிலே பின்னாளில் திருநாகேஸ்வரம் கோவில் போன்றே கோவில் கட்டி வழிபட்டார்.

மன்னன் குலோத்துங்கன் கம்பரின் இராமாயணத்தில் அதிக ஈடுபாடு கொண்டவன். அது மொழிபெயர்ப்பு நூல். எனவே, முழுக்க முழுக்கத் தமிழ் நூல் ஒன்று படைக்க விரும்பினான்.

என்ன தலைப்பில் நூல் சமைப்பது?

அப்போதுதான் திருமுறைகள் பற்றியும் அதை அருளிய அடியார்கள் பற்றியும் சேக்கிழார் விவரிக்க அவர்களைப் பற்றியே நூல் செய்யுமாறு மன்னன் வேண்ட, சிதம்பரத்தில் நூல் அரங்கேறியது. 'உலகெலாம்' என்று இறைவனே முதலடி எடுத்துக் கொடுத்தான் அசரீரியாக!

இதுபற்றி வாகீசகலாநிதி கி.வா. ஜகந்நாதன் அவர்கள் அழகாகக் கூறுவார்.

அப்பருடைய பாடல்: தாசமார்க்கம், இறைவனை ஆண்டான் ஆகவும் தன்னை அடிமையாகவும் பாவித்து எழுதியது. எனவே அது 'கெஞ்சுதமிழ்'.

சம்பந்தர்: சத்புத்திர மார்க்கம். இறைவனைத் தந்தையாகவும் தன்னைத் தனயனாகவும் பாவித்து எழுதியது. எனவே, அது கொஞ்சு தமிழ்; மழலை மாறாத தமிழ்.

சுந்தரர்: சுகமார்க்கம். தோழமை உணர்வு. மிஞ்சு தமிழ்.

மாணிக்கவாசகர்: சன்மார்க்கம். இது தேன் தமிழ்.

இதுவே திருமுறைகளின் ஆதார சுருதி.

தமிழில் உயிர் எழுத்துகள் 12. திருமுறைகளும் 12. இராசிகளும் 12. மகாமகம் 12 ஆண்டுகளுக்கு ஒருமுறை. கோயில் குடமுழுக்கு 12 ஆண்டுகளுக்கு ஒருமுறை.

இப்படி 12க்கும் பிரபஞ்சத்திற்கும் இடையே பல ஒற்றுமை. இராஜராஜன் காலத்தே திருமுறைகள் கண்டறியப்பட்டாலும் அதன் முக்கியத்துவம் உணரப்படவில்லை. காரணம், பாடல் இயற்றியவர்களின் வரலாறு, எந்தத் தருணத்தில் பாடப்பட்டது என்பது போன்ற விவரங்கள் மக்கள் அறியவில்லை.

எனவே, இவர்கள் வரலாற்றை விரிவாக ஆய்ந்து அறிந்து எழுதப்பட்டதே பெரியபுராணம். பெரியவர்களைப் பற்றிய புராணம் என்பதே பெரியபுராணம் என்று மருவிற்று.

சேக்கிழாரையும் அவரது நூலையும் தனது பட்டத்து யானையில் அமர்த்தித் தானே பாகனாக அமர்ந்து நான்கு வீதிகளிலும் உலா வருகிறான். 'உலா'வுக்கே நாயகனான மன்னன்.

அது முதல் ஆலயம் தோறும் இந்த புராணம் படிக்கப்பட்டது. மக்கள் 63 பேர் பற்றி அறிய ஆரம்பித்தனர். அவர்கள் பாடிய பாடல்கள் ஓதப்பட்டன. அப்படி ஆலயம்தோறும் ஓத நியமிக்கப்பட்டவர்களே ஓதுவார் என்று பெயர் பெற்றனர். சைவ வேளாள மரபினரே இந்தப் பணியில் அமர்த்தப்பட்டனர்.

படிப்படியாக வடமொழி ஆதிக்கம் ஆலயங்களில் மறைந்து தமிழின் ஆதிக்கம் ஓங்கியது. திருமுறைகளுக்குத் 'திராவிட வேதம்' என்ற சிறப்பிடமும் கிடைத்தது.

பின்னர் ஆதீனங்கள் செயல்பட ஆரம்பித்தன. தமிழ் வேதமான திருமுறைகளைக் கற்பிக்க 'உண்டு உறைவிட' குருகுலங்கள் ஆதீனங்களால் நிறுவப்பட்டன. ஆதீனத்தின் கட்டுப்பாட்டில் இருக்கும் ஆலயங்களுக்கு இங்கு பயின்றவர்களே நியமிக்கப்பட்டனர். ஆண்டுதோறும் அவர்களுக்குப் பாராட்டுப் பரிசில்கள் வழங்கப்பட்டன. திருவிழாக்களில் தேவார கோஷ்டியினரால் திருமுறைகள் ஓதப்பட்டன. காலப்போக்கில் பல நிர்வாகக் குழப்பங்கள்.

பல ஆலயங்களில் ஓதுவார்கள் இல்லை. இருந்த ஓதுவார்களுக்கும் போதுமான வருவாய் இல்லை. எனவே, குலத்தொழிலான திருமுறை ஓதுவதை விடுத்து வேறு வேலை தேடினர் வாரிசுகள்.

இதன் காரணமாக மீண்டும் திருமுறைகள் பின்னுக்குத் தள்ளப்பட்டன. கச்சேரிகளிலும் தெலுங்குக் கீர்த்தனைகளே முதலிடம் பிடித்தன.

இந்த நிலை மாறியது 1920க்குப் பின்னரே.

ஆம்! திருச்செங்காட்டங்குடியில் 1908இல் ஒரு குழந்தை பிறந்தது. தனது ஒன்பதாவது வயதிலேயே திருமருகலில் தமிழிசைக் கச்சேரி செய்தது. பின்னர் திருவாரூரில் தமிழிசைக் கச்சேரி செய்ய அதைக் கேட்ட 'முஸ்லீம்' பெரியவர் ஒருவர் பாராட்டிப் பரிசுகள் வழங்கினார்.

பின்னர் நகரத்துச் செட்டியார் ஒருவர் இவரது இசையில் மகிழ்ந்து வைரக் கடுக்கணும், வைர மோதிரமும் வழங்கினார். குறளுக்குத் தானே இசையமைத்துத் தன் தேன்குரலில் பாடியது. அத்துடன் தேவாரத்தையும் உருகி உருகிப் பாடியது. அந்தக் குழந்தைதான் அமரர் எம்.எம். தண்டபாணி தேசிகர் அவர்கள். இவரது முயற்சியால் தேவாரம் மீண்டும் புத்துயிர் பெற்றது.

தருமையாதீன ஆஸ்தான வித்வான், அண்ணாமலைப் பல்கலைக்கழக இசைத்துறைத் தலைவர் என்று பல பதவிகள். இசை அரசு போன்ற பல பட்டங்கள், பல கீர்த்தனைகள் இயற்றி இருக்கிறார். நந்தனார் திரைப்படத்தில் நடித்திருக்கிறார். திரைப்படங்களுக்கு இசையும் அமைத்திருக்கிறார்.

பல புதிய இராகங்கள் கண்டவர். ஜனாதிபதி விருது, மைசூர் மன்னர் விருது, இராஜா சர் முத்தையா செட்டியார் விருது, திருமுறைக் கலாநிதி விருது எனப் பல பட்டங்கள் பெற்று அந்த விருதுகளுக்கே விருது சேர்த்த வித்தகர் இவர்.

இவர் நடித்த பட்டினத்தார் திரைப்படம் ஓர் ஆண்டு திரையிடப்பட்டு சாதனை புரிந்தது.

முதலில் நந்தனார் படத்துக்கு இவரால் பாட முடியுமா? என்று சந்தேகப்பட்டார் தயாரிப்பாளர் எஸ்.எஸ். வாசன். ஏனெனில் கர்நாடக இசையும், திரையிசையும் வேறுவேறு. எனவே யோசித்தார்.

படம் வெளிவந்தது. இவருடைய பாடலுக்குப் பரிசு 10,000 என்று போட்டி வைத்துப் பரிசு வழங்கியது அதே நிறுவனம். ஒரு ரூபாய்க்குப் பத்து படி அரிசியும், சவரன் 40 ரூபாய் என்று பவுன் விற்ற அந்த நாளில் 10,000 ரூபாயும் பரிசு!

இதைக் கேட்கும் நமக்கு ஒரு நெகிழ்ச்சி. அந்த மாமேதை எனது தாத்தா வழியில் நெருங்கிய உறவு. எங்கள் ஊர்ப்பக்கம் கச்சேரி செய்ய வரும்போது எங்கள் வீட்டிலேயே தங்குவரார்கள். சிறுவயதில் அவர்கள் மடியில் விழுந்து புரண்டு நான் விளையாடியது நான் பெற்ற பேறு.

சரி, இப்படி தேவாரம் பாட வேண்டும் என்பது ஏன்? சாதாரணமாக சாமி கும்பிட்டால் போதாதா? அதுவும் அந்தந்தப் பண்ணில் அந்தந்த தாளத்தில் பாடவேண்டிய அவசியம் என்ன? இதை அவசியம் நாம் அறிந்துகொள்ள வேண்டும்.

பாடல் தோன்றியபோதே பண்ணும் தாளமும் நிர்ணயிக்கப்பட்டு விட்டது. இங்கு பாடலுடன் பொருள் மட்டும் முக்கியமல்ல. அதற்குரிய இசையும் தாளமும் முக்கியம். இது ஏன்? என்பதை நம்மில் பலருக்கும் பரவலான சந்தேகம். இதனால் என்ன பலன்? என்பது அடுத்த கேள்வி.

இதற்கு சற்றே விரிவான அலசல் தேவை. வேதங்கள் ஏன் முக்கியத்துவம் பெற்றன? ஏன் அதை எழுதிப் படிக்கவில்லை? காரணம் இதில் பொருள் மட்டுமல்ல. அதற்குப் பொருத்தமான இசையும் அமையப்பட்டதால் முக்கியத்துவம் பெற்றது.

வேதத்தின் பொருள் சிவன். ஓசை சக்தி. எனவேதான் சக்தியாகிய அவள் சம்பந்தரின் பொற்றாளத்திற்கே ஓசை கொடுத்து, ஓசை கொடுத்த நாயகி என்று பெயர் பெறுகிறாள்.

சூரியனில் இருந்து வெடித்துச் சிதறிய ஒரு துண்டே பூமியானது என்பது விஞ்ஞான உண்மை. அது வெடித்தபோது எழுந்த ஓசை 'ஓம்' என்ற ஒலி. அதையேதான் பிரணவ மந்திரம் என்று சொல்லி வைத்தார்கள் நமது ஞானிகள்.

இதை உச்சரிக்கும்போது, நமது அடிவயிறு உள்ளிழுத்து மூச்சு மெல்ல வெளியேறுகிறது. இது ஓர் ஆரோக்கியமான மூச்சுப் பயிற்சியும்கூட. எனவேதான் பிள்ளையாரின் வடிவத்தையே ஓங்கார வடிவில் அமைத்தார்கள்.

பிள்ளையார் பூஜை முதலில் செய்த பின்னர்தான் மற்ற பூஜைகள் என்று வலியுறுத்தப்பட்டது.

இது சூரியனுக்கும் பூமிக்குமான தொப்புள் கொடி உறவு. வைணவக் கோவில்களிலும் இவர் தும்பிக்கை ஆழ்வார் என்று முதலிடம் வகிக்கிறார். எதைப் பார்க்கிறோமோ? எதை நினைக்கிறோமோ? அதுவாகவே நாம் ஆகிறோம் என்பது உளவியல் தத்துவம். எனவேதான் இந்த ஓங்கார வழிபாடு. எனவேதான் வள்ளுவன் கூறினான்.

அகரமுதல எழுத்தெல்லாம் ஆதி

பகலன் முதற்றே உலகு

இந்தப் பகலன் என்பதை பகவன் என்று பல்வேறு விளக்கங்கள் அண்மையில் உலகத் தமிழ்ப் பல்கலைக்கழகத் தலைவர் அவர்கள் ஒரு விழாவில் கூறினார்.

பகலன் என்பது சூரியனைக் குறிக்கும். எனவே, உலகு முதலில் தோன்றியது சூரியனில் இருந்து என்று எழுதப்பட்டது. அது பகவன் என்று தவறுதலாகப் புரிந்துகொள்ளப்பட்டது என்ற விளக்கம் எனக்கு இருந்த சந்தேகத்தை நிவர்த்தி செய்தது.

பகவன் என்றால் வள்ளுவரின் தகப்பன், ஆதி தாய் என்ற பழைய விளக்கங்களுக்கு செல்வீன்குமார் அவர்கள் ஒரு முற்றுப்புள்ளி வைத்தார். அவருக்குத் தமிழ் ஆர்வலர்களின் நன்றி!

எனவேதான் ஓங்கார சொரூபனான பிள்ளையாருக்கு எதிலும் முதலிடம்.

நமது உடலில் ஆறு ஆதாரங்கள் இருக்கின்றன. இது இருக்கும் இடமே நாளமில்லா சுரப்பிகளின் இடம் என்று மருத்துவர்கள் கூறுகிறார்கள். இதில் ஏதாவது ஒன்று சரிவர இயங்கவில்லையென்றால் குறிப்பிட்ட சுரப்பியின் கட்டுப்பாட்டில் உள்ள உறுப்பில் வியாதி. இது எந்த மருந்துக்கும் கட்டுப்படாது.

அந்த நாளமில்லா சுரப்பிகளை மீண்டும் சரிவர இயக்குவதே சரியான மருத்துவம். இதில் 'ஹோமியோபதி' முதலிடம் வகிக்கிறது. அதாவது அவனருளாலே அவன் தாள் வணங்குவதுபோல் நாளமில்லா சுரப்பிகளை மீண்டும் நன்கு செயல்பட வைத்து நலம் பெறுவது.

இதில் யோகாவும் பெரும்பங்கு வகிக்கிறது. உலகளாவிய 'யோகா' தினம் கடைபிடிக்கப்படுகிறது. இவையெல்லாம் அன்றே நம் ஞானிகள் கண்ட உண்மை.

இப்படிப்பட்ட ஆறு ஆதாரங்களின் குறியீடாக (சிம்பல்) பாம்பை வைத்தார்கள். 'ஓம்' என்று மூச்சுப்பயிற்சி செய்யும்போது நாகப்பாம்பு சீறுவது போலவே ஒலி எழுப்பும்.

எனவே, ஆறு ஆதாரங்களைக் குறிக்கும் நாகப்பாம்பின் உருவத்தை நிலைப்படியில் வடித்தார்கள். நாள் கிழமைகளில் அதைக் கழுவி சந்தனம், மஞ்சள், குங்குமம் வைக்க வேண்டும் என்று பணித்தார்கள். இது நமது நாளமில்லா சுரப்பிகளைச் சரிவர இயங்கத் தூண்டும் புறக்காரணிகள். எதாக நினைக்கிறோமோ? அதாகவே ஆகிவிடுவோம்! என்ற உளவியல் காரணமே இதற்குக் காரணம்.

அத்தோடு எல்லாவித தெய்வங்களோடும் பாம்பையும் சேர்த்தே இணைத்தார்கள்.

அப்போதுதான் நாம் பரமசிவன் கழுத்துப் பாம்பாகக் கம்பீரமாக கருடா சௌக்கியமா? என்று வியாதியைக் கேட்கலாம். யாரும் இருக்கும் இடத்தில் இருந்தால் எல்லாம் சௌக்கியமே! என்று வியாதியும் பௌயமாகப் பதில் கூறும்!

ஒலிக்கு அத்தனை ஆற்றல் உண்டு. அதுவும் பொருள் பொதிந்த வார்த்தைகளின் வடிவில் ஒலி அமைந்தால் இரட்டிப்புப் பலன். இந்த ஒலி அதிர்வுகளால் நமது உடல், உள்ளம் இரண்டிலும் பல மாற்றங்கள் ஏற்படும்.

எனவே, தற்கால மருத்துவத்தில் 'இசைதெரபி' என்று ஒரு புதிய அலை உருவாகி விடுகிறது.

சம்பூரண இராமாயணம் எனும் திரைப்படத்தில் சி.எஸ். ஜெயராமன் பாடிய ஒரு பாடல், "சங்கீத சௌபாக்யமே" என்ற அந்தப் பாடலில் எந்த நேரத்துக்கு என்ன ராகம்? என்ன பாடலுக்கு என்ன ராகம்? என்ன உணர்ச்சிகளுக்கு என்ன இராகம் என அவையினர் கேட்க இலங்கேஸ்வரன் வீணை மீட்டியபடியே பதிலை இசை மூலம் தரும் காட்சி.

அதில் கம்பீர நாட்டை இராகத்தைக் கேட்கும்போது நாமே யுத்த களத்தில் சமர் புரிவது போன்ற உணர்வு. நீலாம்பரியைக் கேட்கும்போது நமது கண்கள் நம்மையறியாமலே மயங்கும். இது ஒலியின் ஆற்றலை விளக்கும் காலத்தை வென்ற பாடல் என்றால் மிகையில்லை.

இசையால் வசமாகா இதயம் எது? ஏது?

பயிரும் இசையால் வளருகிறது. மழையும் பொழியும் என்பதும் நிரூபணம் ஆகியிருக்கிறது. எனவேதான் அற்புத ஒலி வடிவம் கொண்ட வேதங்களுக்கு அவ்வளவு மகத்துவம்.

அதற்கு எள்ளளவும் குறையாத ஆற்றல் மிகுந்த பாடல்களே திராவிட வேதமான பன்னிரு திருமுறைகளும். எனவேதான் இராகம் – தாளம் குறிப்பிட்ட முறையிலேயே; ஒலிக்கு அவ்வளவு ஆற்றலா? என்பது அனைவரின் சந்தேகம்.

இந்த சந்தேகம் ரஷ்ய விஞ்ஞானிகளுக்கும் ஏற்பட்டது. உடனே அவர்கள் களமிறங்கி ஆய்வு செய்தனர். அவர்களது ஆய்வுக்களம் 'திபெத்'.

இமயமலைப் பகுதியில் அமைந்திருக்கும் நாடு இது. இந்த இடத்தில் நடுங்கும் குளிரும் பனியிலும் ஒற்றையாடையுடன் வாழும் திபெத்திய லாமாக்களைப் பற்றி ஆய்வு செய்தனர்.

ஆய்வின் முடிவு!

அவர்கள் பாடி வந்த திபெத்திய மொழிப் பாடல்களினால் உடலில் ஏற்படும் அதிர்வுகளே அவர்களுக்கு குளிரைத் தாங்கும் ஆற்றலை வழங்கி இருந்தது. அதாவது ஹீட்டர் போல்.

இப்போது யோசித்துப் பாருங்கள். சிறப்பு வழிபாடுகள் நடக்கும்போது கருவறையிலிருந்து வரும் சிவாச்சாரியார் வேர்த்து விறுவிறுத்து வருவது புரியும். அது காற்றோட்டம் இன்மையால் மட்டுமல்ல. அவர்கள் கூறிய மந்திரங்களின் அதிர்வுகளாலும்!

அப்படி ஒலிக்கும் வெப்பத்தைக் கொடுக்கும் ஆற்றல் உண்டு என்றால் குளிர்ச்சியைக் கொடுக்கும் ஆற்றலும் உண்டுதானே? பெரியம்மை கண்டு அவதிப்படும்போது கிராமங்களில் மாரியம்மன் தாலாட்டு படிப்பது என்று ஒரு வழக்கம். பூசாரியை அழைத்து வந்து இதை ஒரு சடங்கு ஆகச் செய்வார்கள். உடனே நோயின் தீவிரம் குறையும் என்பார்கள். இந்த ரஷ்ய ஆய்வைக் கண்டதும் நம்மவர்களின் தீர்க்க தரிசனம் புரிகிறது.

இதையே நமது சுவாசத்தில் சூரியகலை, சந்திரகலை என்று சொல்லி வைத்தார்கள் நம்மவர். அனுஷ்டானம் செய்யும் பெரியவர்களைக் கவனித்தால் இது புரியும்.

ஒரு நாசித் துவாரத்தை மூடி மறு துவாரத்தைத் திறந்து சுவாசிப்பது. பின்னர் மூடிய துவாரத்தைத் திறந்து மறு துவாரத்தை மூடி குறிப்பிட்ட மந்திரங்களைக் காலை, மாலை இருவேளையும் கூறுவதே அனுஷ்டானம். குறிப்பிட்ட காரியத்தை அனுஷ்டிப்பதே அனுஷ்டானம்.

அப்படி மூச்சை இழுத்து விடும்போது நல்ல பாம்பு எக்கி எக்கி உடலை நகர்த்துவதுபோல் ஏறி, சுவாசம் ஏறி இறங்கும். மூக்கின் ஒலி நல்ல பாம்பு சீறுவதை ஒத்து இருக்கும்.

பழைய நூல்களில் கலம்பகம் என்று ஒரு வகை உண்டு. இந்தப் பாடல் வரிகளுக்குத் தீப்பிடிக்க வைக்கும் அதிர்வுகள் உண்டு. எனவேதான் போரில் நந்திவர்மனை வெல்ல இயலாத அவனது எதிரிகள் கலம்பகம் பாடி அவனை ஒழித்தார்கள். இந்த நந்திவர்மனே 63 நாயன்மார்களில் ஒருவரான கழற்சிங்க நாயனார்.

கலம்பகம் பாடுவது என்றால் சிதையை அடுக்கி அதன்மேல் பாட்டுடைத் தலைவனைச் சயனிக்க வைக்க வேண்டும். பாடல் முடிவில் சிதை தானாகவே தீப்பற்றி எரியும். பாட்டுடைத் தலைவனும் எரிந்து சாம்பல் ஆவான்.

தமிழின்மீது மாளாக் காதல் கொண்ட நந்திவர்மன் இந்த ஏற்பாட்டுக்கு உடன்பட்டான். குறிப்பிட்ட நாளில் பொதுமக்கள் முன் நந்திக்கலம்பகம் அரங்கேறியது. நந்திவர்மன் அதைக்கேட்டு இரசித்தபடியே தனது உடலைத் தமிழுக்குத் தந்து, தன் புகழை உலகுக்குத் தந்து மறைந்தான்.

இவன் மரித்தாலும் இவன் புகழ் மரிக்காது காலத்தை வென்று 'கலம்பக நாயகனாய்' போற்றப்படுகிறான் நந்திவர்மன்.

இவனது சரிதத்தைக் கருவாக வைத்து அமரர் ஜெகசிற்பியன் அவர்கள் தனது 'மதுராந்தகி' புதினத்தை எழுதியிருக்கிறார்.

அடுத்து சுஜாதா அவர்கள் இதனை ஒட்டிக் கதையெழுதியிருக்கிறார். கதையின் பெயர் "கணேஷ் மூன்று நிமிஷா!"

அதாவது நிமிஷா என்று மூன்று முறை தொடர்ந்து கூறினால் அந்த அதிர்வு மூலம் வெடிகுண்டு வெடிக்கும் என்பதே கருப்பொருள். அதனைக் கண்டுபிடித்து வெடிகுண்டைச் செயலிழக்கச் செய்வதே துப்பறியும் நிபுணரான கணேஷின் சாகசம்!

கலம்பகம் பாடி சிதையை எரியூட்ட முடியுமா? நிமிஷா என்று கூறி வெடிகுண்டை வெடிக்கச் செய்ய முடியுமா? என்ற சந்தேகம் எனக்கும் சற்றே இருந்தது என்பதை ஒத்துக்கொள்கிறேன்.

இது சாத்தியமா என்பது அனைவருக்குள்ளும் நிச்சயம் இருக்கும் கேள்வி. அதை சாத்தியம் என்று நம்பவைத்தது காரைக்கால் எஃப்.எம்.

அந்த மாணவர்களின் சாதனையே நமது சந்தேகத்திற்கான நிவாரணி!

பார்வையற்ற மாற்றுத்திறனாளிகளுக்காக ஒரு கருவி கண்டுபிடித்து இருக்கிறார்கள் அந்த மாணவர்கள். அந்தக் கருவியில் சில ஆங்கிலச் சொற்களின் ஒலியைப் பதிவு செய்து வைத்து இருக்கின்றனர்.

ஒரு பட்டன் மூலம் தனது பாக்கெட்டில் இருக்கும் அந்தக் கருவியில் குறிப்பிட்ட அந்த ஒலியை ஒலிக்கச் செய்தால், அந்த அதிர்வு மூலம் கியாஸ் அடுப்பைப் பற்ற வைக்கலாம். மின்விசிறி, டி.வி.யை உயிர்ப்பிக்கலாம். தண்ணீர் இறைக்கும் மோட்டாரை இயக்கலாம்.

இதுபோன்ற சாதனங்களை அந்த ஒலியின் மூலம் இயக்கலாம், நிறுத்தலாம் என்பதே அந்தக் கண்டுபிடிப்பு!

இந்தக் கதை இப்போது ஏன்? என்றுதானே உங்களது கேள்வி? இதுபோன்ற ஒலி அதிர்வுகளை உட்பொருளாகக் கொண்ட திருமுறைகளை இசையோடு, தாளத்தோடு பாடும்போது அந்த அதிர்வுகள் பல விளைவுகளை ஏற்படுத்துகின்றன!

இதன் காரணமாகத் தடைகள், தாமதங்கள், நோய்கள் தீர்க்கப்படுகின்றன. புத்திரப்பேறு, திருமணம், தொழில், கல்வி அனைத்துமே நாம் எண்ணியது எண்ணியபடியே நடக்கின்றன.

இப்படி ஒலிக்கு உள்ள ஆற்றலை எல்லா சமயத்தினரும் உணர்ந்திருப்பதால் அவரவர் முறையில், அவரவர் மொழியில் இதனைப் பின்பற்றுகின்றனர்.

உதாரணமாக, பாண்டிய மன்னனின் நோயைத் தீர்க்க அவன் மனைவி மங்கையர்க்கரசி திருஞானசம்பந்தரை அழைக்கிறாள். அப்போது திருமறைக்காட்டில் வேதங்களால் அடைபட்ட கதவுகளைத் திறக்கவும், மூடவும் அப்பரும் சம்பந்தரும் பாடிய சமயம். பரசமயம் கோலோச்சும் மதுரைக்குச் செல்ல வேண்டாம். கோள்களின் நிலை சரியில்லை என்று தடுக்கின்றனர்.

“வேயுறு தோளிபங்கன்”

என்ற பதிகத்தைப் பாடியருளி மதுரை செல்கிறார், வெல்கிறார். பல இடையூறுகள் ஏற்பட்டாலும் இறுதியில் வெற்றி ஞானசம்பந்தருக்கே!

சடங்குகளையும், சம்பிரதாயங்களையும் அர்த்தம் புரிந்து கடைபிடித்து, திருமுறைகளை ஓதி உணர்ந்து, ஒலிக்கச்செய்து, படித்து பிரபஞ்சத்துடன் நமது இதயத்தை இணைத்தால்....

மண்ணில் நல்லவண்ணம் வாழலாம் வைகலும்

எண்ணில் நல்ல கதிக்கியாது மோர் குறைவிலைக்

கண்ணில் நல்லஃதுறுங் கழமல வளநகர்ப்

பெண்ணில் நல்லாளொடும் பெருந்தகையிருந்ததே.

– ஞானசம்பந்தர்

www.ingramcontent.com/pod-product-compliance
Lightning Source LLC
LaVergne TN
LVHW091229150826
845673LV00003B/1069